Taco hátíð:

Matreiðsluferð í gegnum bragðmikla tacos

AF745058

Uppgötvaðu listina að búa til taco með yfir 100 ómótstæðilegum uppskriftum

Perla Möller

EFNISYFIRLIT

KYNNING

Velkomin á "**Taco hátíð**: A Culinary Journey Through Flavorful Tacos"! Þessi matreiðslubók er tilefni af hinum ástsæla mexíkóska rétti sem hefur fangað hjörtu og bragðlauka mataráhugamanna um allan heim. Vertu tilbúinn til að leggja af stað í hrífandi ævintýri þegar við könnum fjölbreyttan heim tacos, allt frá hefðbundnum sígildum til nýstárlegra samrunasköpunar.

Í þessari matreiðslubók höfum við safnað saman yfir 100 ómótstæðilegum tacouppskriftum sem taka bragðlaukana þína í spennandi rússíbanareið. Allt frá snarlandi taco í götustíl til sælkera ívafi og grænmetisæta, hver uppskrift er vandlega unnin til að draga fram líflega bragðið, áferðina og ilminn sem gera tacos sannarlega einstakt.

Hvort sem þú ert vanur kokkur eða nýliði í eldhúsi, þá er þessi matreiðslubók hönnuð til að veita þér innblástur og leiðbeina þér í gegnum listina að búa til taco. Hverri uppskrift fylgja skýrar leiðbeiningar, gagnlegar ábendingar og líflegar ljósmyndir sem munu tæla skynfærin og gera matreiðsluferðina enn ánægjulegri.

Svo, gríptu svuntuna þína, birgðu þig af tortillum og láttu "**Taco hátíð**" vera leiðarvísir þinn til að búa til ógleymanlegar tacoveislur fyrir fjölskyldu og vini. Vertu tilbúinn til að lyfta tacoleiknum þínum og fylla máltíðirnar þínar með hátíð af bragði. Við skulum kafa inn í heim tacos og leggja af stað í matreiðsluævintýri eins og ekkert annað!

1. Afgangur af kjúklingakós

Gerir: 2

HRÁEFNI:

- 2 bollar af soðnum, rifnum kjúklingi
- 1 bolli tómatsalsa
- 2 matskeiðar olía
- 1 hvítlauksgeiri, pressaður
- 500 grömm svartar baunir, soðnar og tæmdar
- $\frac{1}{4}$ teskeið salt
- 4 tortillur
- 1 avókadó, skorið í sneiðar

LEIÐBEININGAR:

a) Fargið kjúklingaskinni með því að draga kjötið úr því.

b) Hitið salsa og kjúkling á stórri pönnu við miðlungs lágan hita.

c) Á meðan, hitaðu olíu á meðalstórri pönnu og eldaðu hvítlauk og baunir.

d) Bætið við salti og $\frac{1}{2}$ bolli af vatni. Myljið baunirnar með bakinu á skeiðinni til að fá rjómablanda. Takið af hitanum.

e) Hitið tortillurnar og bætið síðan við kjúklingi og toppið með avókadó, salsa, kóríander, limebáta og steiktu baunablönduna þína.

2. Slow Cooker Chicken Tacos

HRÁEFNI:

- 2 pund kjúklingabringur eða læri
- 8 stykki lífrænar eða venjulegar tortillur
- 1 bolli lífrænt eða heimabakað salsa
- $\frac{1}{2}$ bolli vatn
- 2 tsk malað kúmen
- 2 tsk chili duft
- 1 tsk hvítlauksduft
- 1 tsk malað kóríander
- $\frac{1}{4}$ tsk cayenne pipar (meira fyrir meiri hita)
- $\frac{1}{2}$ tsk sjávarsalt
- $\frac{1}{4}$ tsk svartur pipar
- Álegg: Ferskt niðurskorið grænmeti að eigin vali, ferskt kóríander, ólífur, avókadó, ferskt salsa, limebátur o.fl.

LEIÐBEININGAR:

a) Setjið kjúklingabita í hægan eldavél ásamt vatni, möluðu kúmeni, chilidufti, hvítlauksdufti, möluðum kóríander, cayenne pipar, salti og pipar. Blandið til að hjúpa kjúklinginn.

b) Eldið í 4 til 5 klukkustundir á háum hita.

c) Fjarlægðu kjúklinginn og rífðu hann. Farið aftur í hægan eldavél og eldið í 30 mínútur í viðbót.

d) Berið kjúklinginn fram í tortillupappír og bætið salsa og áleggi að eigin vali.

3. Sítrus og jurt kjúklinga taco

Gerir: 12 tacos

HRÁEFNI:

TACOS

- 6 kjúklingalæri, með skinni
- 3 kjúklingabringur, með skinni
- 2 lime, börkur og safi
- 2 sítrónur, börkur og safi
- 1 bolli Blandaðar ferskar kryddjurtir
- $\frac{1}{4}$ bolli Vermouth eða þurrt hvítvín
- $\frac{1}{4}$ bolli ólífuolía
- 1 tsk kúmen, ristað
- 1 tsk kóríander, ristað
- 1 tsk hvítlaukur, saxaður

SKREYTTU HUGMYNDIR:

- Valdir Cilantro Lime wedges Radish eldspýtustokkar
- Julienned salat (spínat, ísberg, smjör eða hvítkál)
- Pico de Gallo
- Rifinn ostur
- Sýrður rjómi
- Súrsuð heit paprika

AÐ SETJA SAMSETNING

- 12 hveiti tortillur

LEIÐBEININGAR:

TACOS

a) Blandið öllu hráefninu saman og látið kjúklinginn marinerast í að minnsta kosti 4 klst.

b) Grillið kjúklinginn með skinnhliðinni niður á grillið fyrst.

c) Þegar það er nógu kalt til að höndla, saxið gróft.

AÐ SETJA TACOS

a) Taktu tvær tortillur og settu um það bil $\frac{1}{4}$ eða kjúkling í hverja og toppaðu með æskilegu skreyti.

b) Berið fram svarta bauna- og hrísgrjónasalat ásamt taco.

4. Rjómalöguð kjúklingur og avókadó taco

Gerir: 1 skammt

HRÁEFNI:

- 1 únsa þroskað avókadó
- 2 matskeiðar Fitulítil náttúruleg jógúrt
- 1 tsk sítrónusafi
- Salt og pipar
- Fáein salatblöð rifin í sundur
- 1 skalottlaukur eða 3 vorlaukar, snyrtir og skornir í sneiðar.
- 1 tómatur skorinn í báta
- Fjórðungur af pipar, smátt saxaður
- 2 Taco skeljar
- 2 aura steiktur kjúklingur, skorinn í sneiðar

LEIÐBEININGAR:

a) Í lítilli skál maukaðu avókadóið með gaffli þar til það er slétt. Bætið jógúrtinni og sítrónusafanum út í og hrærið þar til það er blandað saman. Kryddið með salti og pipar.
b) Blandið saman salati, skalottlaukum eða vorlauk, tómötum og grænum eða rauðum pipar.
c) Hitið taco-skeljarnar undir hóflegu grilli í 2 til 3 mínútur.
d) Fjarlægðu þær og fylltu með salatblöndunni. Toppið með kjúklingnum og setjið avókadódressinguna yfir með skeið. Berið fram strax.

5. Kjúklinga maís tacos með ólífum

Gerir: 1 skammt

HRÁEFNI:

- ⅔ bolli Plús 2 msk. soðnar kjúklingabringur; tætt
- 1 pakki Taco kryddblanda
- 3 aura niðursoðinn maís í mexíkóskum stíl; tæmd
- 4 Taco skeljar eða hveiti tortillur
- ⅓ bolli Plús 1 msk. salat; tætt
- $\frac{1}{2}$ meðalstór tómatur; hakkað
- 1 matskeið Plús 2 teskeiðar þroskaðar ólífur í sneiðum
- 1 únsa rifinn cheddar ostur

LEIÐBEININGAR:

a) Blandið kjúklinga- og tacokryddblöndu saman á pönnu við miðlungshita.

b) Bætið við því magni af vatni sem tilgreint er á pakkningunni til að fylla taco. Látið suðuna koma upp. Dragðu úr hita í miðlungs.

c) Látið malla í 5-10 mínútur, hrærið af og til, eða þar til vatnið er gufað upp. Hrærið maís saman við og eldið þar til það er vel hitað.

d) Hitaðu á meðan taco-skeljar eða tortillur eins og leiðbeiningar eru á umbúðum. Fylltu hverja skel með $\frac{1}{4}$ bolla kjúklingafyllingu.

e) Toppið hvern með salati, tómötum, ólífum og osti.

6. Kjúklingur chili Verde tacos

Gerir: 4 skammta

HRÁEFNI:

- 3 bollar rifið hvítkál
- 1 bolli ferskt kóríander - létt pakkað
- 1 bolli grænt chili salsa
- 1 pund beinlausar roðlausar kjúklingabringur
- 1 tsk salatolía
- 1 beinlausar roðlausar kjúklingabringur -- skornar í sundur eftir endilöngu
- 3 hvítlauksrif - söxuð
- 1 tsk Malað kúmen
- ½ tsk Þurrkað oregano
- 8 hveiti tortillur
- Minnkuð fitu eða venjuleg

LEIÐBEININGAR:

a) Sameina hvítkál, kóríander og salsa í framreiðslu fat; setja til hliðar.

b) Skerið kjúklinginn þversum í ½ tommu breiðar ræmur. Hrærið olíu, lauk og hvítlauk í 2 mínútur í 10 til 12 tommu steikarpönnu yfir miðlungs háum hita. Aukið hitann í háan, bætið við kjúklingi og hrærið oft þar til kjötið er ekki lengur bleikt í miðjunni, 4 til 6 mínútur.

c) Bæta við kúmeni og oregano; hrærið í 15 sekúndur. Skeið í framreiðsluskál. 3.

d) Vefjið tortillunum inn í viskustykki og eldið í örbylgjuofni á fullum krafti þar til þær eru heitar, um 1½ mínúta. Við borðið er kál- og kjúklingablöndunni hellt út í tortillurnar.

7. Chicken Cheddar Charred Corn tacos

Gerir: 1 skammt

HRÁEFNI:

- ⅔ bolli Plús 2 msk. soðnar kjúklingabringur; tætt
- 1 pakki Taco kryddblanda
- 3 aura kulnuð maís
- 4 Taco skeljar eða hveiti tortillur
- ⅓ bolli Plús 1 msk. salat; tætt
- ½ meðalstór tómatur; hakkað
- 1 matskeið Plús 2 teskeiðar þroskaðar ólífur í sneiðum
- Sýrður rjómi
- 1 únsa rifinn cheddar ostur

LEIÐBEININGAR:

a) Blandið kjúklinga- og tacokryddblöndu saman á pönnu við miðlungshita.

b) Bætið við því magni af vatni sem tilgreint er á pakkningunni til að fylla taco. Látið suðu koma upp.

c) Dragðu úr hita í miðlungs. Látið malla í 5-10 mínútur, hrærið af og til, eða þar til vatnið er gufað upp.

d) Hrærið maís saman við og eldið þar til það er vel hitað.

e) Hitaðu á meðan taco-skeljar eða tortillur eins og leiðbeiningar eru á umbúðum. Fylltu hverja skel með ¼ bolla kjúklingafyllingu.

f) Toppið hvern með salati, tómötum, ólífum og osti.

g) Dreypið sýrðum rjóma ofan á.

8. Kjúklingataco með hrísgrjónum og sherry

Gerir: 6 skammta

HRÁEFNI:

- 2 pund kjúklingahlutar
- $\frac{1}{4}$ bolli hveiti
- 2 tsk Salt
- $\frac{1}{4}$ tsk pipar
- 1 bolli laukur, saxaður
- $\frac{1}{4}$ bolli smjör
- 2 matskeiðar Worcestershire sósa
- $\frac{1}{4}$ tsk Hvítlauksduft
- 1 bolli Chili sósa
- 1$\frac{1}{2}$ bolli kjúklingasoð
- 3 bollar heit hrísgrjón, soðin
- $\frac{1}{2}$ bolli þurrt sherry

LEIÐBEININGAR:

a) Rúllaðu kjúklingnum upp úr samsettu hveiti, salti og pipar.

b) Brúnn í smjörlíki.

c) Ýttu kjúklingnum til hliðar.

d) Bætið lauknum út í, steikið þar til hann er gegnsær.

e) Hrærið afganginum nema hrísgrjónum saman við. Látið suðuna koma upp, lokið á og lækkið hitann og látið malla í 35 mínútur.

f) Berið fram kjúkling og sósu yfir rúmi af dúnkenndum hrísgrjónum.

9. Grillaður kjúklingur og rauð paprika taco

Gerir: 6 skammta

HRÁEFNI:

- 1½ pund Beinlaus, roðlaus kjúklingur b
- 2 rauðar paprikur ristaðar pissur
- 2 sellerístilkar, þvegnir og skornir í sneiðar
- 1 rauðlaukur, afhýddur og saxaður
- ½ bolli Soðnar svartar baunir
- ¼ bolli Hakkað kóríanderlauf
- ¼ bolli Balsamic edik
- ¼ bolli Olía
- ¼ bolli appelsínusafi
- ¼ bolli lime safi
- 2 hvítlauksrif, afhýdd og mi
- 1 tsk Malað kóríanderfræ
- ½ tsk pipar
- ½ tsk Salt
- ¼ bolli sýrður rjómi eða fitulaus jógúrt
- 6 (8 tommu) hveiti tortillur

LEIÐBEININGAR:

a) Kveikið á GRILL EÐA FORHITÐU ungkjúklinga. Berið kjúklingabringurnar í jafna þykkt og grillið eða steikið á báðum hliðum þar til þær eru eldaðar í gegn, en ekki þurrkaðar, um það bil 4 mínútur á hlið. Það er skynsamlegt að grilla paprikuna á sama tíma. Skerið, og setjið til hliðar.
b) Blandið paprikunni, selleríinu, lauknum, svörtum baunum og kóríander saman í blöndunarskál. Blandið saman ediki, olíu, appelsínusafa, limesafa, hvítlauk, kóríander, pipar. Blandið salti og sýrðum rjóma eða jógúrt saman við í

krukku með þéttu loki. Hristið vel og hellið dressingunni yfir grænmetið.

c) Marinerið grænmetið í 1 klukkustund við stofuhita. Settu stóra pönnu yfir meðalhita og grillaðu tortillurnar í 30 sekúndur á hlið til að mýkjast. Til að bera fram skaltu skipta kjúklingnum á milli tortillanna og setja hann í miðju tortillunnar.

d) Skiptið grænmetinu og dressingunni ofan á kjúklinginn og rúllið tortillu í strokk.

e) Berið fram strax; rétturinn á að vera við stofuhita.

10. Nautakjöt Tacos

Gerir: 8 skammta

HRÁEFNI:

- ½ pund magurt nautahakk
- 8 heilhveiti tortillur
- 1 pakki taco krydd
- Rifið romaine salat og 2 stórir tómatar
- ¾ bolli vatn
- 2 bollar rifinn cheddar ostur

LEIÐBEININGAR:

a) Setjið vatn, nautahakk og tacokrydd á meðalstóra pönnu og látið suðuna koma upp.
b) Hitið tacoið á báðum hliðum samkvæmt leiðbeiningum á pakkanum og setjið kjötið, grænmetið og sósuna yfir.

11. Nautakjöt villisveppur, steik og Poblano Tacos

Gerir: 6 skammta

HRÁEFNI:

- 1 matskeið ólífuolía
- 12 maístortillur
- 1 pund nautasteik
- 12 msk salsasósa & $\frac{1}{2}$ tsk kóríander
- $\frac{1}{2}$ tsk salt og svartur pipar
- 2 bollar hrár laukur & 1 bolli hakkaður hvítlaukur
- $\frac{3}{4}$ bolli mexíkóskur ostur
- 1 Poblano pipar
- 2 bollar villisveppir

LEIÐBEININGAR:

a) Byrjaðu að brúna steikarnautakjötið á meðalstóra pönnu með olíu ásamt salti og pipar kryddi. Eftir að hafa eldað í 5 mínútur á báðum hliðum skaltu taka steikurnar út og setja til hliðar.

b) Bætið restinni af hráefnunum á pönnuna og steikið í 5 mínútur.

c) Berið fram volgu tortillurnar með sveppablöndunni, sneiðum steikakjöti, salsasósu og rifnum mexíkóskum osti.

12. Lítið fitunautakjöt og baunataco

Gerir: 4 skammta

HRÁEFNI:

- 1 pund nautahakk
- steiktar baunir
- 8 tacoskeljar og tacokrydd
- 1 sætur laukur
- salsa sósu
- rifinn cheddar ostur
- 1 sneið avókadó
- sýrður rjómi

LEIÐBEININGAR:

a) Byrjaðu að elda nautakjötið á pönnu með olíu og bætið baununum og kryddinu út í.

b) Setjið tacoið á disk og bætið við kjötblöndunni, salsasósunni, sýrðum rjóma, niðurskornu avókadó og rifnum cheddarosti.

13. Nautakjöt Cheddar Tacos

Gerir: 16 skammta

HRÁEFNI:

- 1 ½ pund magurt nautahakk
- 8 heilar maístortillur
- 1 pakki taco krydd
- 1 krukku salsasósa
- 2 bollar rifinn cheddar ostur

LEIÐBEININGAR:

a) Brúnið nautahakkið rólega á olíuborinni pönnu, bætið salsasósunni út í og blandið vel saman og tæmið síðan kjötið.

b) Hitið hverja tortillu upp og bætið við kjötblöndunni, kryddi, bætið við smá salsasósu og cheddar osti.

14. Slow Cooker Chicken Tacos

Gerir: 8 skammta

HRÁEFNI:

- 1 pund kjúklingabringur
- 1 pakki taco krydd
- 1 krukku salsa
- 2-3 tómatar
- Cheddar ostur

LEIÐBEININGAR:

a) Taktu meðalstóran pott og eldaðu kjúklingakjötið í um það bil 8 klukkustundir við lágan hita.
b) Áður en það er borið fram á tortillur skaltu tæta það í sundur og bæta við restinni af hráefninu og kryddinu.

15. Fljótleg og auðveld tyrknesk taco

Gerir: 8 skammta

HRÁEFNI:

- 1 pund malaður kalkúnn
- taco krydd
- 1 bolli rifinn ostur
- $\frac{3}{4}$ bolli vatn
- 1 dós sneiddir tómatar með basil, oregano og hvítlauk
- 1 dós svartar baunir
- lágkolvetna tortillur og salat

LEIÐBEININGAR:

a) Byrjið að steikja kalkúnakjötið á meðalstórri pönnu þar til það er orðið brúnt.
b) Bætið vatninu, sneiðum tómötum og baunum saman við, látið malla þar til þær verða samkvæmar.
c) Hellið blöndunni yfir hverja tortillu, bætið við salati og rifnum osti.

16. Slow Cooker Cilantro Lime Chicken Tacos

Gerir: 6 skammta

HRÁEFNI:

- 1 pund kjúklingabringur
- 1 krukku salsa
- 3 matskeiðar ferskt kóríander
- 1 pakki Taco krydd
- 1 lime (safi)
- 6 heilhveiti tortillur

LEIÐBEININGAR:

a) Settu kjúklingakjötið, tacokryddið, kóríander, limesafa og salsa í miðlungs hægan eldavél; elda í 8-10 klukkustundir við lágan hita (þú getur gert þetta yfir nótt).

b) Þegar það er tilbúið skaltu rífa kjötið niður og setja það yfir tortillurnar þínar, bæta við álegginu eftir smekk (ólífur, salat, laukur og aðrar sósur).

17. Kjúklinga-tacos með heimagerðu salsa

Gerir: 2 skammta

HRÁEFNI:

KRYDDKJÖT :

- 1 kjúklingabringa (í teningum)
- 1 hvítlauksrif
- ½ tómatur
- ½ tsk laukur og chiliduft
- ½ tsk kúmen og paprika
- ½ lime (safi)

SALSA:

- ¼ bolli hægeldaður laukur
- ½ sneiður tómatur
- 1 klípa af salti
- ¼ bolli ferskt kóríander
- ½ lime safi
- ½ avókadó í teningum
- ½ lítill Jalapeño pipar

ANNAÐ:

- 4 maístortillur
- ¼ bolli mozzarella ostur
- ½ bolli salat (rifið)

LEIÐBEININGAR:

a) Taktu miðlungs pönnu, bætið kjúklingnum, kryddinu, hvítlauknum og limesafanum út í, eldið allt þar til það er bara tilbúið.

b) Hellið sneiðum tómötunum yfir steikta kjúklinginn.

c) Á meðan skaltu byrja að blanda hráefninu fyrir salsasósuna. Hitið hverja maístortillu, bætið við kjúklingablöndunni, salatinu, salsasósunni og mozzarella.

18. Lime Chicken Soft Tacos

Gerir: 10 skammta

HRÁEFNI:

- 1 $\frac{1}{2}$ pund bringukjöt (teningur)
- 10 tortillur af Fajita stærð
- $\frac{1}{4}$ bolli rauðvínsedik
- $\frac{1}{4}$ bolli salsasósa
- $\frac{1}{2}$ lime safi
- 1 tsk splenda
- $\frac{1}{4}$ bolli Monterey Jack ostur (rifinn)
- $\frac{1}{2}$ tsk salt og malaður svartur pipar
- 1 sneiður tómatur
- $\frac{1}{2}$ bolli salat (rifið)
- 2 grænir laukar & hvítlauksgeirar
- 1 tsk þurrkað oregano

LEIÐBEININGAR:

a) Í meðalstórum potti, steikið kjúklingabringurnar við meðalhita í um það bil 15 mínútur.

b) Bætið við smá limesafa, grænum lauk, ediki, oregano og öðru kryddi og látið allt malla vel í 5 mínútur í viðbót.

c) Hitið hverja fajita tortillu í stóra pönnu við miðlungshita á hvorri hlið.

d) Gerðu hverja tortillu, bætið við kjúklingakjötsblöndunni,

19. Tex Mex Chicken Tacos

Gerir: 4 skammta

HRÁEFNI:

- 8 maístortillur
- 1 pund kjúklingabringa (stykki)
- $\frac{1}{2}$ bolli sýrður rjómi
- $\frac{1}{2}$ bolli appelsínusafi
- 1 tsk maíssterkju
- $\frac{1}{4}$ bolli ferskt kóríander
- 1 bolli frosinn heilkorna maís
- 1 tsk lime hýði
- 1 jalapenó pipar
- 1 miðlungs sæt rauð paprika
- 3 hvítlauksrif
- 2 tsk ólífuolía
- $\frac{1}{4}$ tsk salt og svartur pipar

LEIÐBEININGAR:

a) Setjið kjúklingakjötið og annað marineringarefni í plastpoka og setjið í ísskáp í 1-2 klst. Þegar það er vel marínerað skaltu tæma það og steikja það á miðlungs steikarpönnu þar til það er stökkt og mjúkt.

b) Bætið sætu paprikunni, smá marineringunni og maíssterkju út í og eldið allt í 2 mínútur í viðbót.

c) Hitið hverja tortillu í örbylgjuofni í 40 sekúndur, skiptið kjúklingnum á milli þeirra og bætið við sýrðum rjóma, salati, lauk og kryddi.

20. Kjúklingataco á hörðum skeljum og steiktum baunum

Gerir: 5 skammta

HRÁEFNI:

- 1 bolli rifinn mexíkóskur ostur
- 5 maís tacos
- 1 pund kjúklingakjöt
- 1 pakki taco krydd
- 1 bolli saxaður laukur og tómatar
- $\frac{3}{4}$ bolli vatn og 1 dós frystar baunir
- 3 aura Spínat lauf
- $\frac{1}{2}$ bolli salsasósa

LEIÐBEININGAR:

a) Byrjaðu að skera kjúklingakjötið og laukinn í litla bita og eldaðu það síðan á meðalstórri pönnu við meðalhita í 2-3 mínútur.

b) Bætið spínatblöðunum, vatni og kryddi út í, látið suðuna koma upp.

c) Hitið hverja maístortillu upp í örbylgjuofni, bætið við kjúklingablöndunni, nokkrum fleiri spínatilaufum, tómötum, ristuðum baunum, salsasósu, osti og kryddi.

21. Epli og laukur kjúklingur mjúk tacos

Gerir: 4 skammta

HRÁEFNI:

- 6 hveiti tortillur
- 2 kjúklingabringur (teningar)
- 1 matskeið smjör
- 1 hvítlauksrif
- ½ tsk malaður múskat og svartur pipar
- 2 bollar sneið epli & 1 bolli sneiddur laukur
- 4 matskeiðar mangó salsa
- 1 matskeið ólífuolía

LEIÐBEININGAR:

a) Hitið smjör á meðalhita yfir miðlungshita.

b) Bætið eplum og laukum út í, eldið þar til þau verða brún. Takið eplin og laukinn út og steikið kjúklingabringurnar þar til þær eru eldaðar í gegn.

c) Flyttu lauk og eplum, hakkaðri hvítlauk og kryddi yfir.

d) Toppið hverja tortillu með blöndunni og smá mangósalsa.

22. Fajita Chicken Tacos

Gerir: 1 skammt

HRÁEFNI:

- 1 pund kjúklingakjöt
- 3 maístortillur
- $\frac{1}{4}$ dós cheddar ostur
- 1 tsk fajita krydd
- $\frac{1}{4}$ dós tómatar
- $\frac{1}{4}$ salat
- 1 matskeið salsa-mild

LEIÐBEININGAR:

a) Eldið klumpinn, kjúklinginn og fajita kryddið.
b) Hitið hverja maístortilla á meðalstórri pönnu þar til þær verða stökkar.
c) Setjið 1 teskeið af salsasósu yfir hverja tortillu, bætið kjúklingnum og öðru grænmeti út í.

23. Fiesta Chicken Tacos

Gerir: 10 skammta

HRÁEFNI:

- $1\frac{1}{2}$ pund kjúklingabringur
- $\frac{1}{2}$ msk lauk- og hvítlauksduft
- 1 dós nacho ostasúpa
- 1 pakki taco krydd
- 6 matskeiðar græn chili sósa
- 4 matskeiðar salsa

LEIÐBEININGAR:

a) Taktu crockpot og bætið kjúklingabringunum út í. Blandið hinum hráefnunum saman í meðalstórri skál og hellið þeim síðan yfir kjúklinginn.

b) Stilltu eldunartímann á 6-8 klukkustundir við lágan hita. Rífið kjúklinginn í sundur með litlum hníf.

24. Grillaðir kjúklinga-tacos

HRÁEFNI:

- ½ kg kjúklingalæri, roðhreinsað og úrbeinað
- 1 meðalstór laukur, afhýddur og skorinn í stóra báta
- 2 hvítlauksgeirar, smátt saxaðir
- 1 msk kúmenfræ, söxuð
- 1 matskeið jurtaolía
- 1 tsk salt
- ½ tsk svartur pipar
- 8 tortillur

LEIÐBEININGAR:

a) Stilltu grillið á meðalháan hita. Í meðalstórri skál, blandaðu kjúklingi, lauk, hvítlauk, kúmeni, salti, pipar og olíu.

b) Grillið laukinn og kjúklinginn í fjórar mínútur á hvorri hlið eða þar til hann er létt kulnaður og eldaður í gegn.

c) Leyfið kjúklingnum að kólna í nokkrar mínútur áður en hann er skorinn niður til að bera fram með sneiðum avókadó, koluðum tómatillo Salsa Verde, kóríandergreinum, limebátum og sneiðum radísum.

25. Mjúkur kjúklingur og maís tacos

Gerir: 5

HRÁEFNI:

- ½ kg beinlaus kjúklingur, skorinn í þunnar strimla
- 1 bolli salsa
- 25 grömm Taco krydd
- 2 bollar hvít hrísgrjón
- 10 hveiti tortillur
- ¾ bolli rifinn ostur
- Kornkjarna
- Rifin kóríander til skrauts

LEIÐBEININGAR:

a) Við meðalháan hita, hitið smá olíu á stórri pönnu.

b) Bætið kjúklingnum út í og hrærið í honum í um það bil 7 mínútur eða þar til kjúklingurinn er tilbúinn.

c) Bætið 2 bollum af vatni, salsa og kryddblöndu saman við og látið suðuna koma upp.

d) Bætið hrísgrjónunum við, hyljið og eldið í 5 mínútur.

e) Hellið blöndunni á áður hitaðar tortillur og stráið cheddar ostinum yfir ríkulega.

f) Bætið nokkrum maískjörnum við eftir þörfum.

g) Skreytið með kóríander.

26. Rotisserie Chicken Cheddar Taco

Gerir: 6

HRÁEFNI:

- 3 bollar rotisserie kjúklingur, fínt saxaður eða rifinn
- $\frac{1}{2}$ bolli salsa
- 2 matskeiðar hunang
- 1 matskeið lime
- 2 matskeiðar Taco krydd
- Salt
- Pipar
- 6 maís tortillur
- Ólífuolía
- Cheddar ostur, rifinn

LEIÐBEININGAR:

a) Þeytið allt hráefnið saman nema kjúklinginn og ostinn.

b) Setjið rifna kjúklinginn í örbylgjuofnþolið ílát og hrærið restinni af blöndunni saman við.

c) Settu þetta ílát inni í örbylgjuofni í 2 mínútur, taktu það

d) út, hrærið og endurtakið ferlið þar til kjúklingurinn er rétt hitinn.

e) Stráið smá olíu á pönnu og hitið tortillurnar þar til þær eru gullbrúnar á báðum hliðum.

f) Setjið kjúklingablönduna jafnt á allar tortillurnar. Stráið rifnum osti yfir og berið fram með salati, fernu kirsuberjum

g) tómötum, kóríander og sýrðum rjóma.

27. Buffalo Chicken Tacos

Gerir: 3

HRÁEFNI:

- 1 bolli sellerí (hægeldað)
- 2 bollar rotisserie kjúklingur, fínt rifinn
- ½ bolli rauðheit, buffalo wing sósa
- 1 matskeið olía
- 6 maístortillur
- 1 ½ bolli mexíkóskur ostur (blanda)
- Salt

LEIÐBEININGAR:

a) Setjið rifna kjúklinginn í skál og hellið Buffalo sósunni yfir. Blandið vel saman og setjið það síðan í örbylgjuofninn til að hita það upp.

b) Hellið einni matskeið af olíu á pönnu og notið tortillurnar,

c) dreifið olíunni jafnt yfir allt. Stráið smá sjávarsalti yfir aðra hliðina

d) af tortillunum um leið og þú leyfir þeim að verða gullbrúnt í

e) ferli.

f) Innan 30 sekúndna snúið hverri tortillu við og stráið osti yfir hina hliðina. Þú getur líka notað venjulegan cheddar ost. Þegar osturinn hefur bráðnað, stráið kjúklingi og sellerí yfir.

g) Berið fram með gráðosti sem er stráð yfir eða einhverri sterkri sósu.

28. BBQ nautakjöt tacos

Gerir: 8 skammta

HRÁEFNI:

- 1 pund magurt nautahakk (eða kalkúnn)
- ½ bolli mexíkóskur rifinn ostur
- 1 sneið laukur og rauð paprika
- 8 heilhveiti tortillur
- ½ bolli grillsósa
- 1 sneiður tómatur

LEIÐBEININGAR:

a) Byrjið að elda nautakjötið, laukinn og paprikuna á meðalolíuðri pönnu þar til það er vel tilbúið, hrærið af og til.

b) Bætið sósunni út í og eldið allt í 2 mínútur.

c) Hellið kjötblöndunni yfir hverja tortillu og toppið með osti og tómötum áður en hún er borin fram.

29. Tacos De Barbacoa

Gerir: 20 skammta

HRÁEFNI:

- 4 pund nautakjöt
- $\frac{1}{4}$ bolli eplasafi edik
- 20 maístortillur
- 3 matskeiðar lime safi
- $\frac{3}{4}$ bolli kjúklingasoð
- 3-5 niðursoðnir chipotle chiles
- 2 matskeiðar jurtaolía & 3 lárviðarlauf
- 4 hvítlauksgeirar & kúmen
- 3 tsk mexíkóskt oregano
- 1 $\frac{1}{2}$ tsk salt og malaður svartur pipar
- $\frac{1}{2}$ tsk malaður negull
- laukur, kóríander og limebátar (saxaðir)

LEIÐBEININGAR:

a) Blandið í meðalstóra skál limesafa, hvítlauksrif, eplasafi edik og annað krydd þar til þau verða mjúk eins og mauk.

b) Taktu kjötið og steikið það í olíuborinni pönnu í 5 mínútur, á báðum hliðum. Bætið blöndunni úr skálinni yfir kjötið og haltu áfram að hræra vel.

c) Eftir 10 mínútur í viðbót, meðan innihaldsefnin voru að malla, bætið blöndunni inn í forhitaðan ofninn. Eldið í um 4-5 klst.

d) Berið maístortillurnar fram með ofnblöndunni, lauknum, kóríander, limebátum og öðru kryddi.

30. Stökk dádýr Tacos

Gerir: 7 skammta

HRÁEFNI:

- 1 pund malað villibráð
- 21 taco skeljar
- 2 matskeiðar taco sósa
- 1 dós Taco Bell endursteiktar baunir
- 1-2 bollar af rifnu salati
- 1 tsk chili kryddblanda
- 1½ bolli rifinn ostur

LEIÐBEININGAR:

a) Byrjaðu að hita ofninn þinn í 325 gráður á Celsíus og eldaðu síðan malaða dádýrið í miðlungs steikarpönnu þar til það er orðið fínt brúnt.

b) Bætið 2 matskeiðum af sósu, kryddi og endursteiktu baununum út í, eldið þar til þær eru orðnar vel heitar.

c) Á meðan skaltu hita hverja tortillu inn í ofninn í nokkrar mínútur og setja síðan saman með salati, sósu, kjötblöndu og smá rifnum osti.

31. Carne Asada Steak Tacos

Gerir: 12 skammta

HRÁEFNI:

- 2 punda hliðarsteikur
- 1 msk kjötkrydd
- 1 lime safi & 1 tsk kúmen
- ½ tsk salt og malaður pipar
- 2 matskeiðar hakkaður hvítlaukur & 1 dash cayenne pipar
- ½ tsk chili duft
- 2 matskeiðar ferskt kóríander

LEIÐBEININGAR:

a) Skerið fituna af kjötinu ef þarf, setjið það síðan í stóran poka ásamt lime, 2 msk af vatni, kryddi og setjið í ísskáp svo allt hjúpi vel.

b) Takið kjötið út og grillið í 5 mínútur á hvorri hlið. Byrjaðu að undirbúa tortillurnar, bæta við grænmetinu, grilluðu kjöti og einhverju kryddi.

32. Chickpea Crepe Tacos með kálfakjöti og eggaldin

Gerir: 4

HRÁEFNI:

- 2 $\frac{1}{4}$ bollar af kjúklingabaunamjöli
- $\frac{1}{4}$ bolli hrein jógúrt
- 2 $\frac{1}{2}$ tsk salt (deilt)
- 3 $\frac{1}{2}$ matskeiðar ólífuolía
- $\frac{1}{4}$ kg kálfakjöt (malað)
- 1 $\frac{1}{2}$ tsk kúmen (malað)
- $\frac{1}{4}$ tsk rauðar piparflögur (muldar)
- 1 pund eggaldin og skera þá í teninga 1" að stærð
- 3 hvítlauksgeirar (þunnt sneið)
- $\frac{1}{4}$ bolli rúsínur (gylltar)
- $\frac{1}{4}$ bolli rauðvín
- 15 aura tómatar (hægeldaðir)
- $\frac{1}{4}$ bolli furuhnetur (ristaðar)

LEIÐBEININGAR:

a) Í meðalstórri skál, þeytið kjúklingabaunamjölið saman við jógúrtina, 1 $\frac{1}{4}$ tsk salt og vatn (2 bollar og 1 matskeið) og setjið til hliðar.

b) Yfir miðlungs háum loga, í stórri pönnu, hitið 1 matskeið af olíu. Bætið kálfakjöti, rauðum pipar, kúmeni og $\frac{1}{4}$ teskeið salti á pönnuna til að elda kálfakjötið.

c) Gætið þess að brjóta og hræra kálfakjötið oft svo það klessist ekki saman. Þegar kálfakjötið byrjar að brúnast, (eftir um það bil 4 mínútur) fjarlægðu kjötið og kryddið af pönnunni og settu það í meðalstóra skál.

d) Hitið 2 matskeiðar olíu á pönnu áður en eggaldininu er bætt út í og saltið sem eftir er. Eldið eggaldinið í 5 mínútur eða þar til það verður brúnt frá öllum hliðum.

e) Bætið nú hvítlauk út í og hrærið af og til þar til hann verður ljósbrúnn.

f) Bætið við rúsínum og víni til að elda blönduna. Mundu að hræra stöðugt, í eina mínútu, svo blandan hiti jafnt.

g) Bætið við hægelduðum tómötum (með safa), lambablöndunni, furuhnetum og $\frac{1}{4}$

h) bolli vatn. Hrærið og lækkið hitann í meðalloga þannig að blandan

i) getur kraumað. Hrærið af og til. Eftir um það bil 15 mínútur, þar sem flestir safinnar gufa upp, lokaðu loganum.

j) Hrærðu olíunni sem eftir er í 8" pönnu sem ekki límast, þurrkaðu hana með pappírsþurrku til að skilja eftir aðeins olíugljáa á pönnunni og hitaðu hana í miðlungs hátt.

k) Þeytið hveitiblönduna og hellið um þriðjungi úr bolla í pönnuna.

l) Snúðu til að hjúpa pönnuna alveg með deiginu, til að gera crepe, elda báðar hliðar þar til þær eru brúnar. Takið kreppuna af pönnunni og endurtakið ferlið með afganginum af deiginu.

m) Hellið lambafyllingunni á pönnukökurnar.

n) Berið fram með grænu grænmeti, jógúrt og sítrónubátum.

33. Steik Tacos og Salsa

Gerir: 4

HRÁEFNI:

- 2 matskeiðar ólífuolía, skipt
- ½ kg flanksteik
- Salt
- Svartur pipar
- ½ bolli kóríanderlauf
- 4 radísur, snyrtar og smátt saxaðar
- 2 vorlaukar, þunnar sneiðar
- ½ jalapeño, fræ fjarlægð og smátt saxuð
- 2 matskeiðar lime safi
- 8 maístortillur

LEIÐBEININGAR:

a) Kryddið steikina með salti og pipar og steikið hvora hlið á pönnu við háan hita.

b) Hellið ólífuolíu í pönnu og steikið hvorri hlið í um 5-8 mínútur. Látið það hvíla í fimm mínútur í viðbót.

c) Saxið helminginn af kóríander og blandið með radísum, jalapenos, lauk, limesafa og 1 msk ólífuolíu. Kryddið með salti, pipar og salsa.

d) Skerið steik, setjið á hverja tortillu ásamt hluta af grænmetisblöndunni.

e) Berið fram með queso fresco osti og afganginum af kóríander.

34. Nautakjöt Tacos

Gerir: 4

HRÁEFNI:

- 8 maístortillur
- 750 gr nautahakk
- 4 matskeiðar af taco kryddi
- 1 bolli ísjakasal, rifið niður
- 1 bolli vínberutómatar, helmingaðir
- $\frac{1}{2}$ rauðlaukur, fínt skorinn
- 1 avókadó, skorið í sneiðar

LEIÐBEININGAR:

a) Á pönnu, eldið nautahakk og taco krydd saman, fyrir
b) um 7 mínútur á meðalloga svo kjötið sé soðið
c) í gegnum. Tæmdu til að fjarlægja of mikla fitu.
d) Hitið tortillur og setjið saman með því að nota jafna skammta af nautakjöti og toppið með salati, tómötum, lauk og avókadó. Berið fram með limebátum.

35. Pan Tacos með nautahakk og hvítum hrísgrjónum

Gerir: 4

HRÁEFNI:

- ½ kg nautakjöt
- 1 tsk kúmen
- 1 matskeið chilli duft
- 2 bollar hvít hrísgrjón
- 1 bolli ostur, rifinn
- 2 bollar vatn
- 8 hveiti tortillur
- Salt

LEIÐBEININGAR:

a) Brúnið kjötið á stórri pönnu í um 10 mínútur. Tæmdu til
b) fjarlægðu alla fitu.
c) Bætið kryddinu saman við, hrærið í 30 sekúndur áður en vatni er bætt út í. Passaðu að það sé á háum hita svo það sjóði hratt. Hrærið hrísgrjónum og osti saman við. Lokið og látið malla við meðalhita í 5 mínútur.
d) Tæmið, eftir þörfum, til að fjarlægja auka olíu og vatn.
e) Settu saman með því að setja jafna skammta á hverja tortillu, bættu við rifnu salati og söxuðum tómötum til að bera fram.

36. Tacos með hamborgaraafgangi

Gerir: 4

HRÁEFNI:

- 250 grömm hamborgari
- 1 bolli vatn
- 1 pakki taco krydd
- 8 maístortillur

LEIÐBEININGAR:

a) Bætið hamborgaranum (eða staðgengill) á pönnu og hitið á meðalhita þar til hann er brúnaður og hitinn í gegn.

b) Bætið tacokryddinu og vatni út í og eldið í 5 mínútur svo það sé tilbúið til framreiðslu.

c) Þegar kjötið er vel soðið skaltu setja saman tacos með því að nota kjöt og hægeldað grænmeti eins og tómata, lauk og salat. Berið fram með limebátum og rifnum osti sem álegg.

37. Buffalo-stíl nautakjöt Tacos

Gerir: 4 skammta

HRÁEFNI:

- 1 pund nautahakk (95% magurt)
- ¼ bolli cayenne piparsósa fyrir Buffalo vængi
- 8 taco skeljar
- 1 bolli þunnt sneið salat
- ¼ bolli minni fitu eða venjuleg tilbúin gráðostadressing
- ½ bolli rifin gulrót
- ⅓ bolli saxað sellerí
- 2 matskeiðar saxaður ferskur kóríander
- Gulrótar- og sellerístangir eða kóríandergreinar

LEIÐBEININGAR:

a) Hitið stóra nonstick pönnu yfir miðlungshita þar til hún er heit.

b) Bæta við nautahakk; elda 8 til 10 mínútur, brjóta í litla mola og hræra af og til. Fjarlægðu af pönnu með skeið; hella dreypi af.

c) Farðu aftur á pönnu; hrærið piparsósu út í. Eldið og hrærið í 1 mínútu eða þar til það er hitað í gegn.

d) Hitið taco-skeljar á meðan samkvæmt leiðbeiningum á pakka.

e) Hellið nautakjötiblöndunni jafnt í taco-skeljar. Bæta við salati; dreypið dressingu yfir.

f) Toppið jafnt með gulrót, sellerí og kóríander. Skreytið með gulrótar- og sellerístöngum eða kóríandergreinum, ef vill.

38. Nautakjöt Taco Wraps

Gerir: 4 skammta

HRÁEFNI:

- $\frac{3}{4}$ pund þunnt sneið deli roastbeef
- $\frac{1}{2}$ bolli fitulaus svart baunadýfa
- 4 stórar (um 10 tommu þvermál) hveiti tortillur
- 1 bolli þunnt sneið salat
- $\frac{3}{4}$ bolli saxaður tómatur
- 1 bolli (4 aura) rifinn fituskertur taco kryddaður ostur
- Salsa

LEIÐBEININGAR:

a) Dreifið svörtu baunadýfu jafnt yfir aðra hlið hverrar tortillu. Leggðu sælgætissteikt nautakjöt yfir baunadýfu og skildu eftir $\frac{1}{2}$ tommu brún í kringum brúnirnar.

b) Stráið jöfnu magni af salati, tómötum og osti yfir hverja tortillu.

c) Brjóttu hægri og vinstri hlið að miðju, skarast brúnir. Brjótið neðri brún tortillu upp yfir fyllinguna og rúllið lokað.

d) Skerið hverja rúllu í tvennt. Berið fram með salsa ef vill.

39. Grillað nautakjöt Tacos að hætti Carnitas

Gerir: 6 skammta

HRÁEFNI:

- 4 nautakjöt flatjárnsteikur (um 8 aura hver)
- 18 litlar maístortillur (6 til 7 tommu þvermál)

ÁFLYTTIR:

- Hakkaður hvítlaukur, saxaður ferskur kóríander, limebátar

MARINADE:

- 1 bolli tilbúið tómatsalsa
- ⅓ bolli hakkað ferskt kóríander
- 2 matskeiðar ferskur lime safi
- 2 tsk hakkaður hvítlaukur
- ½ tsk salt
- ¼ tsk pipar
- 1-½ bollar tilbúið tómatsalsa
- 1 stórt avókadó, skorið í teninga
- ⅔ bolli hakkað ferskt kóríander
- ½ bolli hakkaður hvítlaukur
- 1 matskeið ferskur lime safi
- 1 tsk hakkaður hvítlaukur
- ½ tsk salt

LEIÐBEININGAR:

a) Blandið hráefni í marineringuna saman í lítilli skál. Setjið nautasteikur og marinering í matarvænan plastpoka; snúið steikum í feld. Lokaðu pokanum vel og marineraðu í kæli í 15 mínútur til 2 klukkustundir.

b) Fjarlægðu steikur úr marineringunni; fargaðu marineringunni. Settu steikur á rist yfir meðalstór, öskuhjúpuð kol. Grillið, þakið, 10 til 14 mínútur fyrir miðlungs sjaldgæft (145°F) til miðlungs (160°F) tilbúið, snúið öðru hvoru.

c) Á meðan blandið hráefni avókadó salsa saman í miðlungs skál. Setja til hliðar.

d) Settu tortillur á rist. Grillið þar til það er orðið heitt og örlítið kulnað. Fjarlægja; halda hita.

e) Skerið steikur í sneiðar. Berið fram í tortillum með avókadósalsa. Toppið með lauk, kóríander og limebátum, að vild.

40. Örsmáar Taco nautakjötstertur

Gerir: 30 pínulitlar tertur

HRÁEFNI:

- 12 aura nautahakk (95% magurt)
- $\frac{1}{2}$ bolli saxaður laukur
- 1 hvítlauksgeiri, smátt saxaður
- $\frac{1}{2}$ bolli tilbúin mild eða miðlungs taco sósa
- $\frac{1}{2}$ tsk malað kúmen
- $\frac{1}{4}$ teskeið salt
- $\frac{1}{8}$ teskeið pipar
- 30 phyllo-skeljar
- $\frac{1}{2}$ bolli rifinn fituskertur mexíkóskur ostablanda
- Álegg: Rift salat, sneiðar vínberja- eða kirsuberjatómatar, guacamole, fituskertur sýrður rjómi, þroskaðar ólífur í sneiðar

LEIÐBEININGAR:

a) Hitið ofninn í 350°F. Hitið stóra nonstick pönnu yfir miðlungshita þar til hún er heit.

b) Bætið nautahakkinu, lauknum og hvítlauknum saman við í stórri pönnu við meðalhita í 8 til 10 mínútur, skiptið nautakjöti í litla mola og hrærið af og til. Hellið dreypi af, ef þarf.

c) Bæta við taco sósu, kúmeni, salti og pipar; eldið og hrærið í 1 til 2 mínútur eða þar til blandan er hituð í gegn.

d) Setjið phyllo-skeljar á bökunarplötu. Skeið nautakjötsblöndu jafnt í skeljar. Toppið jafnt með osti. Bakið í 9 til 10 mínútur eða þar til skeljarnar eru stökkar og osturinn bráðinn.

e) Toppaðu tertur með salati, tómötum, guacamole, sýrðum rjóma og ólífum, eftir því sem þú vilt.

41. One Pot Cheesy Taco Skillet

Gerir: 30 pínulitlar tertur

HRÁEFNI:

- 1 pund magurt nautahakk
- 1 stór gulur laukur, skorinn í teninga
- 2 meðalstórir kúrbítar, skornir í teninga
- 1 gul paprika, skorin í teninga
- 1 pakki taco krydd
- 1 dós niðurskornir tómatar með grænu chili
- 1 ½ bolli rifinn cheddar eða Monterey Jack ostur
- Grænn laukur til skrauts
- Salat, hrísgrjón, hveiti eða maístortillur til framreiðslu

LEIÐBEININGAR:

a) Hitið stóra nonstick pönnu yfir miðlungshita þar til hún er heit. Bæta við nautahakk, lauk, kúrbít og gulum pipar; elda 8 til 10 mínútur, brjóta í litla mola og hræra af og til. Hellið dreypi af ef þarf.

b) Bætið við tacokryddi, ¾ bolli af vatni og sneiðum tómötum. Snúðu hita í lágan og látið malla í 7 til 10 mínútur.

c) Toppið með rifnum osti og grænum lauk. Ekki hræra.

d) Þegar ostur er bráðinn skaltu bera fram yfir salatbeði, hrísgrjónum eða í hveiti eða maístortillum!

42. Skirt Steak Street Tacos

Gerir: 6 tacos

HRÁEFNI:

- 1 pilssteik, skorin í 4 til 6 tommu hluta, í þunnum ræmum
- 12 sex tommu maístortillur
- ½ tsk salt
- ¼ tsk cayenne pipar
- ½ tsk hvítlauksduft
- ½ tsk hakkaður hvítlaukur
- 1 tsk olía
- 1 bolli hægeldaður laukur
- ½ bolli kóríanderlauf, gróft saxað
- 2 bollar þunnt sneið rauðkál
- Cilantro Lime Vinaigrette:
- ¾ bolli kóríanderlauf
- Safi úr 2 lime
- ⅓ bolli ólífuolía
- 4 tsk hakkaður hvítlaukur
- ¼ bolli hvítt edik
- 4 tsk sykur
- ¼ bolli mjólk
- ½ bolli sýrður rjómi

LEIÐBEININGAR:

a) Hitið olíu yfir meðalhita. Kryddið steik í sneiðar með salti, cayenne pipar og hvítlauksdufti. Bætið steikinni á pönnuna og steikið þar til hún er elduð (8 til 10 mínútur). Bætið hvítlauk út í og steikið 1 til 2 mínútur lengur þar til hvítlaukurinn er ilmandi. Takið af hitanum og skerið steik í teninga.

b) Þeytið saman allt hráefni fyrir vinaigrette. Bætið blöndunni í blandara og hrærið þar til hún er slétt, um það bil 1 til 2 mínútur.

c) Fylltu heitar maístortillur (notaðu tvær í hvert taco) með steik, lauk, söxuðu kóríander og káli. Dreypið vinaigrette yfir og berið fram.

43. Puerto Rican Taco

HRÁEFNI:

- Maís taco skeljar
- Ostur
- Soðið nautahakk
- A Sætar gular grjónir (soðnar og skornar í bita)

LEIÐBEININGAR:

a) Settu tvær stórar skeiðar af nautahakk í tortillu þína.
b) Bættu tveimur grösum við tortillu þína.
c) Setjið smá ost yfir og það er tilbúið til að borða!
d) Njóttu!

44. Kjötmikil taco pottrétt

HRÁEFNI:

- 1 pund nautahakk
- 1 laukur, saxaður
- 1 (10 aura) dós enchiladasósa eða salsa
- 1 (8 aura) dós tómatsósa
- 1 (15 aura) dós svartar baunir, skolaðar og tæmdar
- 1 bolli frosinn maís
- 1 (8-10 tal) dós fituskert ísskápskex
- 1 bolli rifinn fituskertur mexíkóskur blönduostur
- ⅓ bolli saxaður grænn laukur

LEIÐBEININGAR:

a) Forhitið ofninn í 350°F.

b) Húðaðu 13 x 9 x 2 tommu bökunarform með nonstick eldunarúða.

c) Í stórri nonstick pönnu, eldið kjötið og laukinn þar til kjötið er tilbúið; tæma umfram fitu.

d) Blandið enchiladasósunni eða salsa, tómatsósu og svörtum baunum og maís saman, hrærið vel. Rífið kex í fjórðu hluta.

e) Hrærið grænmetisblöndunni út í kjötblönduna og flytjið hana síðan yfir í eldfast mót. Blandið kexbitunum saman við síðast.

f) Bakið í 25 mínútur. Takið það úr ofninum og stráið osti og grænum lauk yfir. Settu bökunarformið aftur í ofninn og bakaðu í 5-7 mínútur í viðbót, eða þar til osturinn er bráðinn.

45. Nautakjöt Cilantro Taco

HRÁEFNI:

- 1 pakki mjúkar maís- eða hveititortillur
- 2 matskeiðar chiliduft
- 1 matskeið malað kúmen
- ½ tsk cayenne pipar
- 2 tsk kosher salt
- 2 matskeiðar jurtaolía
- 1 stór hvítlaukur, saxaður
- 16 aura nautahakk
- 2 hvítlauksgeirar, saxaðir
- ⅔ bolli nautakraftur
- Mexíkóskur blanda af rifnum osti, eftir smekk
- Allur náttúrulegur sýrður rjómi, eftir smekk
- 1 stór tómatur, fræ fjarlægð, saxaður
- ¼ bolli fersk kóríanderlauf, saxuð

LEIÐBEININGAR:

a) Blandið chilidufti, kúmeni, cayennepipar og salti saman í litla krukku og hristið til að blanda saman. Setja til hliðar. Hitið olíu á stórri steypujárnspönnu á meðalháum hita.

b) Þegar olían ljómar, steikið helminginn af söxuðum lauknum þar til hann er hálfgagnsær og byrjar að brúnast, um það bil 3 til 4 mínútur.

c) Bætið nautahakkinu og hvítlauk út í og eldið þar til það er brúnt, um það bil 3 til 4 mínútur. Bætið við krukku af samsettu kryddi og nautasoði. Hrærið til að blanda saman.

d) Látið suðuna koma upp og eldið þar til það er þykkt, um 2 til 3 mínútur.

e) Þegar sósan þykknar skaltu lækka hitann.

f) Sameina frátekinn hakkað lauk, hakkað tómat og hakkað kóríander. Setjið í litla skál.

g) Settu saman taco með því að setja lítið magn af osti í miðju tortillu, bættu síðan við heitri kjöt/sósublöndu til að bræða ostinn.

h) Toppið með lauk-tómat-kóríanderblöndu og ögn af sýrðum rjóma. Rúllaðu upp og njóttu!

46. Tómatsúpa nautakjöt tacos

Gerir: 24 skammta

HRÁEFNI:

- 2 pund nautahakk
- ½ bolli Hakkað græn paprika
- 1 dós Nautakjötssoð
- 1 dós tómatsúpa
- 2 matskeiðar Saxaðar kirsuberjapipar
- 24 Taco skeljar
- 1 rifinn cheddar ostur
- 1 rifinn Monterey tjakkur
- 1 Saxaður laukur
- 1 rifið salat
- 1 Tómatar í teninga

LEIÐBEININGAR:

a) Brúnið nautakjöt á pönnu og eldið grænan pipar þar til hann er mjúkur; hrærið til að skilja kjötið að.

b) Bætið við súpum og kirsuberjapipar. Eldið við lágan hita í 5 mínútur; hrærið af og til.

c) Fylltu hverja taco skel með 3-4 matskeiðar kjötblöndu; toppið hvern með afganginum af hráefninu.

47. Grillað lambakjöt með mjúku taco

Gerir: 1 skammt

HRÁEFNI:

- 1 pund Snyrt beinlaust lambalæri; eða sirloin steikur
- 3 hvítlauksrif; maukaður
- $1\frac{1}{2}$ tommu stykki ferskt engifer; skrældar og saxaðar
- $\frac{1}{2}$ bolli Milt jalapenóhlaup eða sulta
- 4 hveiti tortillur
- Salsa til skrauts

LEIÐBEININGAR:

a) Skerið lambakjöt í $\frac{1}{2}$ tommu sneiðar; setja til hliðar. Blandið hvítlauknum, engiferinu og hlaupinu saman.

b) Dreifið engiferblöndunni á hverja lambsneið.

c) Á meðan skaltu forhita útigrill, eldavélargrill eða þunga, kryddaða pönnu í miðlungs hátt.

d) Til að elda, aðskiljið lambsneiðarnar og setjið þær á grillið eða í pönnu; Steikið í tvær til þrjár mínútur á hlið, þar til það er miðlungs sjaldgæft.

e) Á meðan skaltu hita tortillurnar í plastpoka í örbylgjuofni í eina mínútu, eða í stutta stund yfir brennara.

f) Skiptið fyllingunni á milli tortillanna og vefjið hverri tortillu utan um fyllinguna. Berið fram með skál af salsa, ef vill.

48. Grillað svínakjöt taco & papaya salsa

Gerir: 5 skammta

HRÁEFNI:

- 1 papaya; skrældar, fræhreinsaðar, skornar í $\frac{1}{2}$ tommu teninga
- 1 lítið rautt chili; fræhreinsað og fínt saxað
- $\frac{1}{2}$ bolli rauðlaukur; hakkað
- $\frac{1}{2}$ bolli rauð paprika; hakkað
- $\frac{1}{2}$ bolli fersk myntulauf; hakkað
- 2 matskeiðar lime safi
- $\frac{1}{4}$ pund Svínakjöt úrbeinað miðjuhryggsteik; skera í strimla
- $\frac{1}{2}$ bolli fersk papaya; hakkað
- $\frac{1}{2}$ bolli ferskur ananas; hakkað
- 10 Hveiti tortillur, heitar
- $1\frac{1}{2}$ bolli Monterey Jack ostur; rifið (6 oz)
- 2 matskeiðar smjörlíki eða smjör; bráðnað

LEIÐBEININGAR:

a) Eldið svínakjöt í 10 tommu pönnu yfir miðlungs hita í um það bil 10 mínútur, hrærið stundum, þar til það er ekki lengur bleikt; holræsi.

b) Hrærið papaya og ananas saman við. Hitið, hrærið af og til, þar til það er heitt. Hitið ofninn í 425F.

c) Setjið um $\frac{1}{4}$ bolla af svínakjötsblöndunni á helming hverrar tortillu; settu um 2 matskeiðar af ostinum ofan á.

d) Brjótið tortillur yfir fyllinguna. Raðið fimm af fylltu tortillunum í ósmurða hlauprúllupönnu, 15 $\frac{1}{2}$x10 $\frac{1}{2}$x1 tommu; penslið með bræddu smjörlíki.

e) Bakið afhjúpað í um 10 mínútur eða þar til ljósgulbrúnt. Endurtaktu með taco sem eftir er. Berið fram með papaya salsa.

49. Rifið svínakjöt Tacos

Gerir: 12 skammta

HRÁEFNI:

- ½ pund svínasteikt
- 12 mjúk heimagerð taco
- 1 bolli sneiddur laukur
- ½ bolli saxaðir tómatar og 1 avókadó
- 1 dós tómatar & 2-3 jalapeno chiles
- ½ bolli sýrður rjómasósa
- 1 ancho chili & 1 bolli vatn
- 1 bolli rifið salat
- ½ tsk salt og pipar
- 1 bolli rifinn cheddar ostur

LEIÐBEININGAR:

a) Taktu stóran pott og bætið niðurskornu svínakjöti, grænmeti, vatni og kryddi út í, eldið í 20 mínútur og hrærið af og til. Takið grænmetið og kjúklingakjötið úr eldunarvökvanum og rífið það í litla bita.

b) Settu saman heimagerðu tortillurnar með salati, svínakjöti, grænmeti, sýrðum rjómasósu, rifnum osti, hægelduðum tómötum og avókadó.

50. Svínakjöt og Egg Taco

Gerir: 5-6

HRÁEFNI:

- 10 tortillur
- Fulleldaðar svínapylsur (1 pakki)
- 3 egg
- ½ bolli cheddar ostur, gróft rifinn
- 1 avókadó, skorið í sneiðar
- Salt
- Pipar

LEIÐBEININGAR:

a) Þeytið eggin með salti og pipar og steikið þau við háan hita.

b) Gakktu úr skugga um að þú eldar báðar hliðar í um það bil eina mínútu hvor.

c) Hitið pylsurnar samkvæmt leiðbeiningunum á pakkavalseðlinum.

d) Þú gætir líka skipt út pylsunum fyrir hvaða próteinmat sem þú átt heima, þar á meðal afganga af kjöti, kjúklingi eða grænmeti.

e) Fjarlægðu eggin og hitaðu tortillurnar. Slökktu á hitanum og notaðu einfaldlega hitann frá enn heitum belti til að gera það.

f) Skerið eggið í sneiðar eftir fjölda tortilla og setjið stykki af eggi, pylsu, avókadó, osti og skreytingu að eigin vali. Þú getur líka bætt við beikoni og kjötkássa.

g) Berið fram með lime og salsa.

51. Svínakjöt Carnitas Tacos

Gerir: 8

HRÁEFNI:

- $1\frac{1}{2}$ kg svínaaxlar skorið, saxað í 1 $\frac{1}{2}$ tommu bita
- $\frac{1}{2}$ kg svínakjöt, skorinn í litla bita
- 1 bolli kjúklingakraftur
- 1 matskeið salt
- 1 tsk svartur pipar
- 8 maístortillur

LEIÐBEININGAR:

a) Sjóðið svínaöxina, svínakjöt, salt og pipar í stórum potti. Látið malla

b) í að minnsta kosti tvær klukkustundir eða þar til svínakjötið er nógu mjúkt til að hægt sé að tæta það í sundur.

c) Dragðu úr vökvanum í tíu mínútur áður en potturinn er fjarlægður.

d) Setjið helminginn af soðnu svínakjöti (og safanum) í stóra pönnu og eldið það við háan hita þar til svínakjötið byrjar að síast í eigin fitu. Þegar svínakjötið byrjar að verða brúnt og stökkt, takið það af pönnunni. Endurtaktu ferlið með restinni af svínakjöti.

e) Setjið svínakjötið í tortillu, skreytið með grænmeti að eigin vali eins og niðurskornu avókadó, rifnu hvítkáli, lauk, kúrbít, papriku, lime og sósu.

52. Taco Truck Tacos

Gerir: 4 skammta

HRÁEFNI:

- $1\frac{1}{2}$ pund svínaöxl (rifið)
- 2 lime
- 12 maístortillur
- 1 búnt kóríander
- $\frac{1}{2}$ bolli saxaður laukur
- Radísur, avókadó og ferskir tómatar

LEIÐBEININGAR:

a) Byrjaðu að brúna kjötið á meðalstóra pönnu sem áður var kryddað með kúmeni, salti og pipar.

b) Þegar það er búið skaltu hita tortillurnar á báðum hliðum og toppa þær með kjöti, lauk, avókadó, tómötum og smá limesafa.

53. Tacos með grilluðum Kielbasa

Gerir: 4

HRÁEFNI:

- 1 rauðlaukur (skorinn í 4 bita)
- 2 paprikur (rauðar og skornar langsum. Fjarlægðu fræin)
- 1 búnt af rauðlauk
- 3 matskeiðar ólífuolía
- Salt
- Pipar
- ⅓ bolli lime safi
- 750 gr kielbasa pylsa, helminga lóðrétt
- 8 maístortillur
- kóríander

LEIÐBEININGAR:

a) Kastaðu lauknum, paprikunni og rauðlauknum saman við olíu yfir grilli sem hefur verið stillt á miðlungshita.
b) Kryddið með salti og pipar og grillið þar til grænmetið fær örlítið kulnað útlit.
c) Mundu samt að taka kálið af eftir 2 mínútur!
d) Takið þær af hitanum og látið kólna.
e) Skerið laukinn í báta sem eru 1 tommu langir og blandið með lime safa. Á sama hátt skaltu fjarlægja hýðið af paprikunni, skera þær í báta sem eru 1 tommu langir og setja í sérstaka skál. Skálina ætti að setja á annað fat.
f) Grillið pylsurnar í um það bil 5 mínútur hver og setjið þær ásamt rauðlauknum.
g) Grillið tortillurnar til að fá örlítið kulnað útlit.
h) Hrafið öllu hráefninu í hverja tortillu og berið fram með heitri sósu og fersku lime til að kreista yfir.

54. Picadillo tacos

Gerir: 1 skammt

HRÁEFNI:

- ½ bolli rúsínur
- ¼ bolli Tequila
- ½ pund Svínakjötspylsa í magni
- ½ pund nautahakk
- 1 meðalstór laukur, saxaður
- 3 hvítlauksrif, söxuð
- 1 dós (14 ½ oz) heilir tómatar, niðurskornir, ÓÞÆRÐIR
- 1 dós (4 oz) grænn chilipipar í teningum, tæmd
- 2 matskeiðar Sykur
- 1 tsk Malaður kanill
- ¼ tsk Malað kúmen
- 1 dash Mald negull
- 12 7 tommu hveiti tortillur
- ⅓ bolli Pekanhnetur, smátt saxaðar
- Rifið salat, valfrjálst

LEIÐBEININGAR:

a) Blandið saman rúsínum og tequila í litlum potti. Látið suðu koma upp; fjarlægðu af hitanum. Látið standa í 5 mínútur.

b) Til að fylla: Eldið pylsur, nautakjöt, lauk og hvítlauk í stórri pönnu við meðalhita þar til kjötið er brúnt. Tæmdu fituna af. Hrærið ótæmdar rúsínum, ótæmdum tómötum, grænum chilipipar, sykri, kanil, kúmeni og negul saman við.

c) Látið suðu koma upp; draga úr hita. Látið malla, án loks, í um 30 mínútur eða þar til mestur vökvinn er gufaður upp.

d) Á meðan skaltu pakka tortillunum inn í álpappír. Hitið í 350 ofni í 10 mínútur eða þar til heitt. Hrærið pekanhnetum út í kjötblönduna.

e) Til að bera fram, toppaðu heitar tortillur með salati og fylltu síðan. Brjóta saman eða rúlla upp.

55. Svínakjöt taco, Kaliforníu stíl

Gerir: 6 skammta

Hráefni:

- 2 punda svínalund
- 6 Grænir laukar
- 12 litlar ferskar maístortillur
- 1 búnt Cilantro; stórir stilkar fjarlægðir
- Guacamole
- 1 bolli sýrður rjómi
- 1 bolli kryddað rauð salsa
- 1 bolli Green Chile Salsa

FYRIR MARINADE

- ½ bolli Nýkreistur appelsínusafi
- 2 matskeiðar Nýkreistur lime safi
- 1 tsk Saxað ferskt oregano
- ¼ tsk kúmen
- ½ tsk marjoram
- ½ tsk Salt
- ¼ tsk Fínmalaður svartur pipar

LEIÐBEININGAR:

a) Blandið hráefni í marineringuna saman í meðalstórri skál.

b)Þeytið þar til það er blandað saman. Setjið svínakjöt í grunnt fat sem er ekki úr áli og hellið marineringunni yfir. Marinerið í 6 til 12 klukkustundir, í kæli.

c) Skerið í gegnum græna hluta lauksins, gerðu 2 rifur alveg niður þar sem hvíti hlutinn byrjar. Þetta mun gefa lauknum viftuform.

d) Hitið ofninn í 350 gráður. Forhitið grillpönnu við hæfilega háan hita. Grillið svínakjöt í 15 til 20 mínútur á hvorri hlið, eða þar til innri hiti er 160 gráður.
e) Þeytið grænan lauk með marineringunni og grillið í um 3 mínútur á hvorri hlið. Takið kjöt og lauk af grillinu, skerið kjötið í litla bita og geymið.
f) Vefjið tortillunum inn í álpappír og hitið í ofni í um 10 mínútur.
g) Haldið heitt á meðan diskarnir eru útbúnir. Á ytri brúnir einstakra diska skaltu raða nokkrum kvistum af kóríander, stórri kúlu af guacamole og stórri sýrðum rjóma.
h) Setjið 2 heitar tortillur á hlið hvers disks og raðið kjöti og grilluðum lauk í miðjunni.
i) Passaðu kryddaða rauða og græna Chile salsa í aðskildum skálum.
j) Berið fram strax.

56. Honey-Cilantro rækjur mjúk tacos

Gerir: 4 skammta

HRÁEFNI:

- 8 tortillur
- 1 tsk jurtaolía
- ½ msk salt og pipar
- 1 stór laukur og 1 jalapenó
- 3 paprikur
- 2 tsk kóríander og kúmen
- 2-4 hvítlauksrif
- 4 matskeiðar ferskt kóríander og hunang
- 1 ½ pund kokteil rækjur

LEIÐBEININGAR:

a) Eldið rækjur, jalapeno, lauk, papriku, krydd og hvítlauk á meðalstórri pönnu þar til þær verða meyrar.

b) Settu ferska kóríander og hunang saman í glerskál þar til slétt blanda hefur myndast.

c) Hellið blöndunni yfir hverja tortillu; bætið við rækjunum og smá salsasósu.

57. Baja Fish Tacos

Gerir: 4 skammta

HRÁEFNI:

- 1 ½ pund þíða fersk tilapia flök
- 4 meðalstórar heilhveiti tortillur
- 1 matskeið ferskt kóríander
- 1 laukur, avókadó og tómatar (allt saxað)
- 2 tsk taco krydd
- 2 bollar hvítkálssala
- 1 sítróna (safi)

LEIÐBEININGAR:

a) Saxið grænmetið smátt og rífið kálið í litla bita.

b) Eftir að hafa kryddað tilapia-flökurnar með taco-kryddi, eldið þær á olíuberaðri pönnu í 5-6 mínútur.

c) Steikið fiskinn rólega á báðum hliðum og bætið smá lauk, sítrónusafa og tómötum yfir.

d) Hitið hverja tortillu í 1 mínútu í örbylgjuofni, bætið síðan við fiskflökum, grænmeti, káli, kóríander og salsa.

58. Rækjutacos

Gerir: 5 skammta

HRÁEFNI:

- 1 pund afhýddar rækjur
- 10 maístortillur
- ½ bolli sýrður rjómi
- 1 msk krydd og 1 chipotle pipar
- 2 lime (fyrir safa)
- ½ bolli saxað fjólublátt hvítkál
- 2 matskeiðar jómfrúar ólífuolía

LEIÐBEININGAR:

a) Blandið chipotle, helmingnum af limesafanum og sýrðum rjóma saman í litla skál þar til slétt deig myndast.
b) Eldið skrældar rækjur með kryddi í forhitaðri pönnu.
c) Hitaðu hvert taco og berðu það fram með rifnu hvítkáli, chipotle rjóma, steiktum rækjum og sósu.

59. Fish Tacos með Cilantro Slaw og Chipotle Mayo

Gerir: 4 skammta

HRÁEFNI:

- 1 pund tilapia fiskflök
- 4 hveiti tortillur
- ½ bolli ferskur lime safi
- 2 bollar 3-lita kálblanda
- ¼ bolli majónesi
- 1 chipotle chili bleytur í adobo sósu
- 1 bolli söxuð fersk kóríanderlauf
- 1 avókadó og 1 sneiður tómatur
- 1 msk adobo sósa úr chipotle papriku
- ¼ tsk salt og cayenne pipar
- salt og malaður svartur pipar

LEIÐBEININGAR:

a) Hellið limesafanum yfir hverja tilapia fiskflök og geymið þær í kæliskáp í 4 klukkustundir.
b) Byrjaðu að útbúa chipotle majónesi dressinguna með því að blanda adobo sósunni, cayenne pipar, chili, ¼ teskeið salti og majónesi í meðalstóra skál, blandaðu öllu saman.
c) Takið fiskinn úr ísskápnum og steikið hann í 2-3 mínútur á meðalstórri pönnu.
d) Dreifið 1 matskeið af chipotle sósu yfir hverja tortillu, bætið soðnum fiski, grænmeti og kryddi út í.

60. <u>Grillaðar rækjur og tacos úr svörtum baunum</u>

Gerir: 6 skammta

HRÁEFNI:

- 1 pund afhýddar rækjur
- 12 maístortillur
- 2 matskeiðar chiliduft
- 1 ½ matskeið kreisti lime safi
- 1 bolli svartar baunir
- Pico de Gallo
- ½ tsk jómfrúarolía
- ¼ tsk salt
- 6 teini

LEIÐBEININGAR:

a) Forhitið grillið, undirbúið síðan sósuna, hitið svartar baunir, limesafa, chiliduft og salt á meðalstóra pönnu.

b) Þegar slétt deig hefur myndast, undirbúið rækjuspjótina. Það þarf að steikja þær í um 1-2 mínútur á báðar hliðar, þá bursta hverja rækju og grilla í 2 mínútur í viðbót.

c) Byggðu tortilluna þína, bættu rækjunum, sósunni og kryddinu við.

61. Blackened Cabo Fish Tacos

Gerir: 4 skammta

HRÁEFNI:

- $1\frac{1}{2}$ pund hvítur fiskur og 8 aura fiskmarinering
- 12 maístortillur
- $\frac{3}{4}$ pund asísk söl
- 9 matskeiðar lime sýrður rjómi
- 4 aura smjör
- 7 matskeiðar chipotle aioli
- 7 matskeiðar Pico de Gallo
- 2 matskeiðar svartur piparkrydd
- Chipotle Aioli
- $\frac{3}{4}$ bolli majónesi
- 1 tsk lime safi
- 1 matskeið sinnep
- Kosher salt & malaður svartur pipar
- 2 chipotle paprikur

LEIÐBEININGAR:

a) Byrjið að bræða ósaltað smjörið í meðalstóran pott, bætið marineruðum hvítfiskinum út í, stráið smá svörtum piparkryddi yfir og steikið í 2 mínútur á báðum hliðum.
b) Hitið hverja tortillu á báðar hliðar, bætið við steikta kjúklingnum, chipotle aioli sósunni, nokkrum Pico de Gallo, smá asískri skál og kryddi.

62. Krydduð rækjutaco

Gerir: 2 skammta

HRÁEFNI:

- 4 lágkolvetna tortillur
- 4 matskeiðar mangó salsa sósa
- 16 stórar rækjur
- 1 matskeið ferskt saxað kóríander
- 1 bolli Romaine salat
- $\frac{1}{2}$ bolli cheddar ostur
- 4 tsk chili sósa
- $\frac{1}{2}$ bolli steiktur laukur
- Safi úr 1 lime

LEIÐBEININGAR:

a) Byrjaðu á rækjunum með því að marinera og stinga þeim í siracha sósuna í 5 mínútur.

b) Kveiktu á grillinu og steiktu laukinn í nokkrar mínútur, þar til hann er vel eldaður.

c) Leggðu niður hverja tortillu og toppaðu með sýrðum rjóma, rækjum, káli, rifnum osti, grilluðum lauk og öðru kryddi.

63. Tilapia Tacos

Gerir: 1 skammt

HRÁEFNI:

- 1 pund Tilapia fiskfilet
- 2 hvítar maístortillur
- $\frac{1}{2}$ sneið avókadó
- $\frac{1}{4}$ tsk ólífuolía
- 1 tómatur
- 1 hvítur laukur
- 1 lime safi
- 1 handfylli af kóríander

LEIÐBEININGAR:

a) Byrjaðu að steikja tortillurnar og tilapia-fiskfilinn í heitan ofn á báðum hliðum, en kryddaðu fiskinn með smá ólífuolíu, salti og pipar. Blandið tómötunum, limesafanum, lauknum og kryddinu í meðalstóra skál.

b) Setjið gott lag af rifnum fiski yfir hverja tortillu, bætið blöndunni úr skálinni út í, sneið avókadó, setjið svo afganginn af fiskinum ofan á.

64. Mojito-grillað fisktaco með lime-slaw-áleggi

Gerir: 8 skammta

HRÁEFNI:

- 8 maístortillur
- 2 matskeiðar lime safi
- 2 matskeiðar söxuð myntulauf
- 1 pund fastur hvítur fiskur (lúða, snapper eða þorskur)
- 1 matskeið canola olía
- 1 ferskur jalapeno chile
- $\frac{1}{2}$ tsk salt og 1 tsk sykur
- Lime Slaw
- 2 matskeiðar minnst
- $\frac{1}{2}$ bolli fituskert majónes
- 1 $\frac{1}{2}$ bolli rifið hvítkál
- 1 matskeið ferskur lime safi

LEIÐBEININGAR:

a) Byrjaðu að blanda saman hráefninu fyrir fiskinn og marineringuna og settu það síðan inn í ísskáp í 3 mínútur. Þegar það er tilbúið skaltu taka fiskinn út og byrja að grilla hann á báðum hliðum, þar til hann er orðinn góður og þéttur.

b) Til að útbúa lime-slawið skaltu bæta kálinu, majónesi, limesafa og myntu í meðalstóra skál og hræra öllu vel.

c) Setjið fiskinn á hverja tortillu, bætið við nokkrum slaw skeiðum og grænmeti.

65. Grillað fiskitaco með kóríandersósu

Gerir: 2 skammta

HRÁEFNI:

SÓSA

- ¼ bolli grænn laukur og kóríander
- 2 ½ matskeiðar majónesi
- 3 matskeiðar sýrður rjómi
- 2 lime (safi)
- ½ tsk salt, pipar og 1 hvítlauksgeiri

FISKUR

- 2 pund rauð snapper steikur
- 4 maístortillur
- 2 ½ dósir hvítkál
- 1 msk malað kúmen og kóríander
- ½ tsk rauð paprika, paprika og hvítlaukssalt

LEIÐBEININGAR:

a) Byrjaðu að sameina kóríandersósu innihaldsefnin í meðalstórri skál og settu það síðan til hliðar.

b) Fyrir fiskinn, kryddaðu hann með hvítlauksdufti, kúmeni, papriku, kóríander og rauðum pipar, grillaðu hann í 5 mínútur á báðum hliðum.

c) Þegar fiskurinn er tilbúinn, skerið hann langsum og setjið hann á tortillur, bætið kálinu og 1 matskeið af kóríandersósu ofan á.

66. Heilbrigð fisktaco

HRÁEFNI:

- 1 pund hvítur flögur fiskur, eins og mahi mahi
- $\frac{1}{4}$ bolli rapsolía
- 1 lime, safi
- 1 matskeið ancho chili duft
- 1 jalapenó, gróft saxað
- $\frac{1}{4}$ bolli söxuð fersk kóríanderlauf
- 8 hveiti tortillur
- Rífið hvítkál
- Sterk sósa
- Crema eða sýrður rjómi
- Rauðlaukur í þunnum sneiðum
- Þunnt skorinn grænn laukur
- Hakkað kóríanderlauf

LEIÐBEININGAR:

a) Forhitið grillið í miðlungs hátt. Setjið fiskinn í fat og bætið við olíu, limesafa, jalapenó, ancho og kóríander. Blandið vel saman til að húða fiskinn og látið hann marinerast í 20 mínútur.

b) Takið fiskinn úr marineringunni og grillið hann með holdhliðinni niður. Grillið í 4 mínútur síðan snúið við og grillið í 30 sekúndur til mínútu.

c) Látið það hvíla í 5 mínútur áður en það er flagað með gaffli.

d) Grillið tortillurnar í 20 sekúndur.

e) Dreifið fiskinum í hvert tacos og skreytið með hvítkáli, lauk, kóríander.

f) Dreypið heitri sósu yfir og bætið við salsa að eigin vali.

67. Cajun rækju tacos með tómatillo salsa

Gerir: 8 skammta

HRÁEFNI:

- 2 bollar sýrður rjómi
- 2 tsk Chili duft
- ½ tsk Cayenne pipar
- ¾ pund Tómatillos, hýði fjarlægð, skoluð, skorin í fjórða
- ½ bolli Grófsaxað óskrælt grænt epli
- 2 matskeiðar Grófsaxað fersk basilíka
- 2 msk Grófsaxuð fersk mynta
- 1½ tsk Chili duft
- 1½ tsk paprika
- 2 pund Ósoðnar meðalstórar rækjur, afhýddar, afvegaðar
- 2 matskeiðar Ólífuolía
- 1 matskeið Hakkaður hvítlaukur
- 16 Keyptar taco skeljar
- 1 stór búnt vatnakarsa, snyrt
- 2 avókadó, afhýdd, skorin í smá teninga

LEIÐBEININGAR:

FYRIR sýrðan rjóma:

a) Þeytið allt hráefnið í miðlungs skál til að blanda saman. Kryddið með salti.

FYRIR SALSA:

b) Saxið tómata, epli, basil og myntu smátt í matvinnsluvél.

c) Flyttu yfir í litla skál. Kryddið eftir smekk með salti.

FYRIR RÆKJU:

d) Blandið saman chilidufti og papriku í stórri skál. Bæta við rækjum; kasta til að klæðast.

e) Látið standa í 5 mínútur. Hitið olíu í stórri stórri pönnu yfir háum hita.

f) Bætið hvítlauk út í og steikið þar til ilmandi, um 1 mínútu. Bæta við rækjum; steikið þar til það er ógegnsætt í miðjunni, um 5 mínútur.

g) Kryddið með salti og pipar. Flyttu yfir í litla skál.

h) Forhitið ofninn í 350°F. Raðið taco skeljum á þunga stóra bökunarplötu. Bakið þar til það er heitt, um 8 mínútur. Setjið skeljar í servíettufóðraðar körfu.

i) Raðið helmingnum af karsunni á fat.

j) Toppið með rækjum. Saxið afganginn af karsa. Setjið í litla skál.

k) Setjið sýrðan rjóma, salsa, avókadó og saxaða karsa í aðskildar skálar.

68. <u>Ceviche tacos</u>

Gerir: 4 skammta

HRÁEFNI:

- $1\frac{1}{2}$ pund Red snapper flök; í $\frac{1}{2}$ tommu bitum
- Safi úr 10 lime
- 1 laukur; smátt saxað
- 1 Jalapeno pipar; fræhreinsað/fínt saxað
- $14\frac{1}{2}$ aura tómatar í dós
- $\frac{1}{2}$ bolli maískorn
- $\frac{1}{4}$ bolli Saxaður kóríander
- 2 matskeiðar Ólífuolía
- 2 matskeiðar Catsup
- 1 msk Worcestershire sósa
- $\frac{1}{2}$ tsk Þurrkað oregano
- Salt; að smakka
- 8 maístortillur
- 1 rauðlaukur; þunnt sneið
- 1 avókadó; skrældar/skornar

LEIÐBEININGAR:

a) Blandið fiski og limesafa varlega saman í stóra skál úr gleri eða óviðbrögðum úr áli. Lokið, kælið og látið marinerast yfir nótt.

b) Þegar þú fjarlægir fisk á morgnana verður hann "eldaður" í gegn og óhætt að borða hann.

c) Þegar þú ert tilbúinn til að bera fram tacos skaltu sameina lauk, jalapeno, tómata, maískoriander, ólífuolíu, catsup, Worcestershire sósu og oregano í stóra glerskál. Blandið vel saman. Kryddið með salti eftir smekk.

d) Tæmið og skolið fiskinn, bætið út í tómatblönduna og blandið varlega saman við hjúpinn.

e) Hitið tortillur í örbylgjuofni eða ofni. Setjið $\frac{1}{8}$ af fiskblöndunni í tortillu og skreytið með rauðlauk og avókadó.

69. Grillað fiskitaco með grænu salsa

Gerir: 4 skammta

HRÁEFNI:

- $3\frac{1}{2}$ bolli Fínt rifið rauð- eða grænkál
- $\frac{1}{4}$ bolli hvítt eimað edik
- Salt og pipar
- $\frac{3}{4}$ pund Ferskir tómatar
- 2 matskeiðar salatolía
- 1 laukur, skorinn í $\frac{1}{2}$ tommu sneiðar
- $1\frac{1}{2}$ pund Stöðkuð roðfiskflök (lingcod, sea bass)
- 4 Jalapeno chili
- 2 tsk lime safi
- $\frac{3}{4}$ bolli fersk kóríanderlauf
- 1 hvítlauksgeiri
- 12 heitar maís- eða fitusnauðar hveititortillur (6-7 tommur)
- Fitulítill sýrður rjómi
- Lime bátar

LEIÐBEININGAR:

a) Leitaðu að litlu grænu tómötunum með pappírshýði í sumum matvöruverslunum og matvöruverslunum frá Latino.
b) Blandið káli saman við ediki og 3 matskeiðar af vatni. Saltið og piprið eftir smekk. Lokið og kælið.
c) Fjarlægðu og fargaðu hýði af tómötum; skolaðu tómata.
d) Þræðið á teini. Penslið smá af olíunni létt á lauksneiðarnar. Skolaðu fiskinn og þurrkaðu hann. Penslið fiskinn með olíunni sem eftir er.
e) Settu tómata, lauk og chili á grillið.
f) Eldið, snúið eftir þörfum, þar til grænmetið er brúnt, 8-10 mínútur.

g) Setjið til hliðar til að kólna.
h) Settu fiskinn á grillið (meðalháum hita). Eldið, snúið einu sinni, þar til fiskurinn er ógagnsær en samt rakur í þykkasta hlutanum (skera til að prófa), 10-14 mínútur.
i) Fjarlægðu stilkur af chili; fjarlægja fræ.
j) Hrærið tómatar, chili, lime safa, $\frac{1}{4}$ c kóríander og hvítlauk í blandara eða matvinnsluvél þar til það er slétt. Saxið laukinn. Bætið söxuðum lauknum út í salsablönduna og saltið og piprið eftir smekk.
k) Hellið í litla skál.
l) Til að setja saman hvert taco skaltu fylla tortillu með smá káli, nokkrum bitum af fiski, salsa og sýrðum rjóma. Bætið við smá lime og saltið og piprið eftir smekk.

70. Margarita rækju tacos

Gerir: 6 skammta

HRÁEFNI:

- 1½ pund skeljarækja; ósoðið
- ½ bolli Tequila
- ½ bolli lime safi
- 1 tsk Salt
- 1 Geiri saxaður Hvítlauksrif; eða meira eftir smekk
- 3 matskeiðar ólífuolía; eða minna
- 2 matskeiðar saxað kóríander
- 24 Hveiti tortillur; (6 eða 7 tommur)
- Rifið salat
- 1 avókadó; sneið; eða meira
- Salsa fresca; eftir þörfum
- 1 dós (15 oz) Svartar baunir
- 1 dós (10 oz) maískorn
- ½ bolli Saxaður rauðlaukur
- ¼ bolli Ólífuolía
- 2 matskeiðar lime safi
- ¼ tsk Malað kúmen
- ¼ tsk Oregano
- ¼ tsk Salt

LEIÐBEININGAR:

a) Afhýðið og afhýðið rækju, geymið hala, ef þess er óskað; setja til hliðar. Sameina tequila, lime safa, salt; hella yfir rækjur og marinera ekki meira en 1 klst.

b) Steikið hakkað hvítlauk í 1 msk olíu þar til hann er ljósbrúnn; bætið rækjum við, eldið og hrærið þar til það er tilbúið, 2 til 3 mínútur. Bætið við olíu eftir þörfum.

c) Stráið kóríander yfir og haldið heitu. Fyrir hvert taco skaltu brjóta saman 2 mjúkar tortillur; fylltu með rifnu salati og Black Bean and Corn Relish.

d) Toppið með rækjum, avókadósneiðum og salsa.

e) Black Bean and Corn Relish: Skolaðu og tæmdu baunir; tæma maís,

f) Sameina baunir og maís með afganginum af hráefninu; kælið til að blanda saman bragði.

71. Lax tacos

Gerir: 8 Tacos

HRÁEFNI:

- 418 grömm niðursoðinn Alaskalax
- 8 matskeiðar Fromage frais
- 50 grömm agúrka; sneið
- ½ tsk mynta
- 8 Tilbúnar taco-skeljar
- 100 grömm Iceberg salat, rifið
- 3 tómatar; hakkað
- 50 grömm Cheddar ostur, rifinn
- Ólífur, ansjósur eða niðurskorin paprika til að skreyta

LEIÐBEININGAR:

a) Forhitaðu ofninn í 200 C, 400 F, gasmerki 6.

b) Tæmið dósina af laxi. Flögu fiskinn og settu til hliðar. Blandið saman fromage frais eða grískri jógúrt, gúrku og myntu. Setja til hliðar.

c) Hitið taco-skeljarnar í ofni í 2-3 mínútur þar til þær eru mjúkar.

d) Hrafðu salati og tómötum í hverja skel og settu síðan laxbita, skeið af gúrkublöndunni og smá rifnum osti yfir.

e) Skreytið og berið fram strax.

72. Sjávarrétt tacos með maís salsa

Gerir: 4 skammta

HRÁEFNI:

- 1 pund steinfiskflök
- 2 lime; safi af
- 2 tsk Ólífuolía
- 8 ferskar maístortillur
- 1 bolli maískorn; eldað
- 1 meðalstór rauðlaukur; hakkað
- 1 bolli söxuð agúrka
- 2 Jalapeno paprikur; hakkað, eða eftir smekk
- ½ búnt kóríander; hakkað
- ½ bolli Hakkað rauð paprika
- ½ tsk salt; að smakka
- ½ tsk pipar; að smakka
- 2 lime; safi af
- Salatblöð eða rifið hvítkál; valfrjálst
- Lime bátar; valfrjálst
- Cilantro greinar; valfrjálst

LEIÐBEININGAR:

a) Marinerið fiskinn í limesafa og ólífuolíu í 30 mínútur.

b) Grillið fiskinn á grillinu eða steikið í ofni í 10 mínútur alls á hverja tommu af þykkt, um 5 mínútur á hlið. Fiskurinn er tilbúinn þegar holdið verður ógagnsætt í miðjunni.

c) Hitið tortillur þar til þær eru mjúkar. Með 2 tortillur hálf skarast hvor aðra, setja fisk í miðju og skreytið eftir smekk. Notaðu tannstöngla eða rúllaðu í vaxpappír til að halda taco saman.

KORN SALSA

d)Í meðalstórri skál, blandaðu öllu hráefninu saman. Látið hefast í 1 klukkustund til að blanda saman bragði.

73. Mjúk tacos með rauðum snapper

Gerir: 4 skammta

HRÁEFNI:

- $\frac{1}{4}$ bolli Ólífuolía
- 2 Rauðlaukar, helmingaðir og þunnar sneiðar
- 1 tsk Salt
- $1\frac{1}{2}$ tsk pipar
- 2 tsk Hakkað ferskt timjan
- $1\frac{1}{2}$ pund Red snapper, skorinn í bita - Stærra bita
- 1 tsk Hakkaður hvítlaukur
- 2 tsk lime safi
- 2 tsk sojasósa
- 2 tsk Hakkað ferskt oregano
- 8 mjúkar maístortillur, heitar
- 3 bollar rifið salat

LEIÐBEININGAR:

a) Hitið 2 matskeiðar af olíu á pönnu við miðlungs háan hita þar til hún er orðin heit. Bætið lauk, salti, $\frac{1}{2}$ tsk pipar og timjan út í og steikið þar til það er gullið að lit.

b) Hitið aðra pönnu yfir hóflega háum hita þar til hún er heit og bætið hinum 2 msk olíu við. Snúðu og bættu við snapper.

c) Steikið í 2 mínútur, snúið oft við, bætið hvítlauk, lime safa og sojasósu út í og steikið þar til vökvinn er næstum gufaður upp og snapper er létt gullin á litinn.

d) Bætið oregano og pipar sem eftir er saman við og blandið saman. Bætið laukblöndunni saman við og hrærið vel.

e) Fylltu tortillur með salati og toppaðu með snapper og laukblöndu.

74. Ferskir ávextir Tacos

HRÁEFNI:

- Heilhveiti tortillur (litlar)
- Vatn
- Malaður kanill
- Sykur
- Grísk jógúrt (vanillubragðbætt)
- Þitt val af ferskum ávöxtum (hægelduðum):
- Jarðarber
- Mangó
- Ananas
- Kiwi

LEIÐBEININGAR:

a) Forhitið ofninn í 325°F.
b) Skerið litla hringi úr heilhveiti tortillunum með hringlaga plastkökuformi (u.þ.b. 2 á hverja litla tortillu).
c) Leggðu þessar litlu tortillur á bökunarpönnu. Settu vatn í litla skál; húðaðu efri hlið tortillanna létt með vatni með því að nota bursta.
d) Blandið litlu magni af möluðum kanil og sykri í skál; stráið rökum tortillunum með kanil- og sykurblöndunni.
e) Notaðu töng, dragðu hverja tortillu fyrir sig yfir vírgrindina í brauðristarofninum, leyfðu hliðum tortillunnar að falla á milli tveggja málmstanga á grindinni.
f) Bakið ca. 5-7 mínútur, athugaðu tortillurnar reglulega.
g) Notaðu töng, lyftu tortillunum af grindinni og færðu yfir á kæligrind; Tortillur ættu að vera í þessari stöðu á hvolfi til að kólna, sem er lokaskrefið í að mynda taco-formið.

h) Flyttu kældu taco-skeljarnar yfir á disk og settu dúkku af grískri vanillujógúrt í tortilluskelina; notaðu skeið til að slétta og hylja botn og hliðar skeljarinnar.

i) Skelltu uppáhalds ávöxtunum þínum í skelina og njóttu!

75. Ávaxtafyllt fitusnauð kakó taco

Gerir: 6 skammta

HRÁEFNI:

- $\frac{1}{4}$ bolli hveiti
- $\frac{1}{4}$ bolli sykur
- 1 msk Bökunarkakó
- 2 matskeiðar 2% mjólk
- 2 matskeiðar Olía
- 1 Eggjahvíta
- 1 tsk vanilluþykkni
- Salt eftir smekk
- 8 aura fitulítil jógúrt með ávaxtabragði
- 4 Kiwi ávextir; skrældar, skornar í sneiðar
- 6 stór jarðarber; sneið
- 8 aura Mango coulis
- 1 únsa hindberjasósa
- 1 pint fersk hindber
- 6 greinar fersk mynta

LEIÐBEININGAR:

a) Sameina fyrstu 8 hráefnin í skál; þeytið þar til slétt. Kælið, þakið, í 2 klst.

b) Settu 3 matskeiðar í einu í upphitaðri 8-tommu pönnu yfir miðlungshita. Eldið í 2 mínútur eða þar til deigið virðist þurrt; snúa. Eldið í 1 mínútu lengur. Fjarlægðu og dragðu yfir vírgrind; kælið í 15 til 20 mínútur.

c) Dreifið jógúrt yfir helming af hverri bakaðri skel. Skiptu um 5 sneiðar kíví ávexti og 5 sneiðar jarðarber á jógúrt. Brjótið skeljar yfir til að mynda tacos.

d) Dreifið mangó coulis í 3x4 tommu sporöskjulaga á neðri helminga af 6 plötum.

e) Píptu hindberjasósu í 2 röndum þvert yfir coulis. Snúðu í gegnum sósur með hníf.

f) Settu 1 taco við hliðina á coulis á hvern disk. Skreytið hvern disk með hindberjum og myntu.

76. Kókos ávaxta tacos

Gerir: 6 skammta

HRÁEFNI:

- ⅓ bolli Bökuð kókos
- 1 bolli jarðarber, skorin í sneiðar
- ½ bolli Frælaus græn vínber, helminguð
- 1 meðalstórt epli, skorið, kjarnhreinsað og saxað
- 1 lítill banani, skorinn í sneiðar
- 2 matskeiðar Hellanlegur ávöxtur, hvaða bragð sem er
- 6 taco skeljar
- ⅓ bolli vanillujógúrt

LEIÐBEININGAR:

a) Dreifið kókoshnetu á bökunarplötu.
b) Ristað í 350 F ofni í 7 til 12 mínútur, hrærið oft.
c) Á meðan, í meðalstórri skál, hrærið saman jarðarberjum, vínberjum, epli, banani og hellanlegum ávöxtum.
d) Fylltu taco skeljar jafnt með ávöxtum.
e) Toppið fyllt taco jafnt með jógúrt.
f) Stráið ristaðri kókos yfir.

77. Steiktur ananas og appelsínu taco með rifnu súkkulaði

Gerir: 6 skammta

HRÁEFNI:

- ½ miðlungs ananas; skrældar, kjarnhreinsaðar, skornar í 1
- 2 appelsínur; afhýtt, fræhreinsað, skorið í sneiðar
- 2 matskeiðar Dökk púðursykur
- 4 matskeiðar Smjör
- 1½ msk sælgætissykur
- 6 Maís eða hveiti tortillur
- 1½ bolli Þungur (þeyttur) rjómi
- ½ bolli rifin fersk myntulauf
- 2 aura Bittersweet súkkulaði; fínt rifinn

LEIÐBEININGAR:

a) Settu ananas- og appelsínubitana í stóra steikarpönnu sem ekki hvarfast. Stráið púðursykrinum yfir.
b) Eldið við meðalháan hita þar til þær byrja að brúnast, um það bil 3 mínútur.
c) Snúðu og eldaðu á hinni hliðinni þar til vökvinn gufar upp og bitarnir eru brúnir, 2 til 3 mínútur í viðbót.
d) Fjarlægðu og settu til hliðar.
e) Setjið 1 matskeið af smjörinu og ½ matskeið af sykri frá sælgætisgerðunum á pönnu sem er nógu stór til að geyma tortillu.
f) Setjið yfir meðalháan hita þar til smjörið og sykurinn bráðna. Hrærið.
g) Bætið við tortillu og steikið í 30 sekúndur.
h) Snúðu og steiktu á hinni hliðinni þar til það er brúnt og örlítið stökkt, 30 til 45 sekúndur í viðbót. Fjarlægja.

i) Haltu áfram með tortillurnar sem eftir eru, bættu meira smjöri og sykri á pönnuna eftir þörfum.

j) Til að setja saman, þeytið rjómann þar til mjúkir toppar myndast. Dreifið um ⅓ bolla af ananas-appelsínublöndunni í miðju sykurhúðaðrar tortillu.

k) Toppið með þeyttum rjóma, myntulaufum og strá af rifnu súkkulaði. Brjótið saman og berið fram.

78. Fiski-taco fyrir börn

Gerir: 1 skammt

HRÁEFNI:

- Frosnar brauðaðar fiskstangir
- Taco sósa
- Salat
- Tómatar, skornir í bita
- Cheddar ostur, rifinn
- Sýrður rjómi
- Taco skeljar

LEIÐBEININGAR:

a) Eldið fiskstangirnar samkvæmt leiðbeiningum á pakka.

b) Þegar það er soðið skaltu setja einn fiskstöng í hvert taco.

c) Bætið hinum ýmsu áleggi út í og berið fram strax.

79. Ís tacos

Gerir: 6 skammta

HRÁEFNI:

- 2 matskeiðar Sykur
- ½ tsk malaður kanill
- 1½ msk smjör, brætt
- 8 (5 tommu) taco skeljar
- 1 lítri ís, hvaða bragð sem er

LEIÐBEININGAR:

a) Blandið saman sykri og kanil í bolla. Setja til hliðar. Penslið smjör létt að innan á hverri tacoskel. stráið sykurblöndu yfir, setjið til hliðar. Fjarlægðu hlífina af ísöskju.

b) Fjarlægðu ísinn og settu á skurðbretti.

c) Skerið í fjórar sneiðar. Skerið hverja sneið í tvennt. Setjið hvern helming í tilbúna taco-skel. Raðið ís taco í 13x9x2 tommu bökunarpönnu.

d) Hyljið vel með plastfilmu eða filmu og frystið.

e) Á framreiðslutíma skaltu flytja tacos á fat.

f) Berið fram með úrvali áleggs eins og sneiðum jarðarberjum, bláberjum, þeyttum rjóma, saxuðum hnetum, ristuðum kókoshnetum, súkkulaði eða karamellusósu.

80. Stökkt kjúklingabaunataco

Gerir: 6 tacos

HRÁEFNI:

- 6 maís eða hveiti tortillur
- Ein 15 aura dós kjúklingabaunir, skolaðar og tæmdar
- $\frac{1}{2}$ tsk ancho chili duft
- 3 bollar rifið grænkál
- 1 bolli rifin gulrót
- $\frac{1}{2}$ bolli þunnt sneiddur rauðlaukur
- $\frac{1}{2}$ bolli fræhreinsaður og smáhæltaður poblano pipar
- $\frac{1}{2}$ bolli niðurskorinn grænn laukur
- $\frac{1}{4}$ bolli hakkað ferskt kóríander
- $\frac{1}{4}$ bolli Tofu Cashew majónes 1 skammtur
- 2 msk lime safi $\frac{1}{4}$ tsk sjávarsalt
- 1 avókadó, skorið og skorið í sneiðar
- 1 matskeið Sriracha

LEIÐBEININGAR:

a) Forhitið ofninn í 375°F.
b) Mótaðu tortillurnar með því að setja þær í skál sem þolir ekki fest í ofni og baka þær í ofni þar til þær verða stökkar, 5-10 mínútur.
c) Í stórri blöndunarskál, möldu kjúklingabaunirnar með gaffli og stráðu chiliduftinu yfir.
d) Bætið við hvítkáli, gulrót, rauðlauk, poblano pipar, grænum lauk, kóríander, majónesi og lime safa.
e) Blandið vandlega saman, bætið við salti síðast.
f) Skiptið salatblöndunni á milli tacoskálanna og toppið með niðurskornu avókadóinu. Bættu við Sriracha ef þér finnst tacosið þitt kryddað.

81. Tempeh tacos

Gerir: 3 til 4 skammta

HRÁEFNI:

- Olía, fyrir pönnu
- 1 pakki (8 aura) tempeh
- $1\frac{3}{4}$ bollar ósykrað hrísgrjónamjólk
- 1 matskeið Dijon sinnep
- 1 msk sojasósa eða tamari
- $\frac{1}{2}$ tsk paprika
- 2 matskeiðar dulse flögur
- 1 matskeið næringarger
- $\frac{1}{4}$ bolli maísmjöl
- 13.bolli panko-stíl brauðrasp
- 1 msk arrowroot maístortillur, fyrir tacos
- 1 avókadó, skorið í sneiðar

LEIÐBEININGAR:

a) Forhitaðu ofninn í 350 gráður F. Sprayðu ofnplötu með olíu. Skerið tempeh í 2 tommu langa og $\frac{1}{2}$ tommu þykka bita. Þeytið blautt hráefni saman og setjið til hliðar.

b) Setjið þurrefnin í matvinnsluvél og blandið nokkrum sinnum þar til blandan er orðin fínt hveiti. Setjið í litla skál. Dýptu hvert stykki af tempeh í hrísgrjónamjólkurblöndunni og blandaðu síðan með brauðmylsnublöndunni.

c) Settu á bökunarplötu í þremur röðum með um tommu millibili. Úðið olíu ofan á bitana og bakið síðan í 15 mínútur. Snúið við og bakið í 15 mínútur í viðbót.

d) Berið fram strax í maís tortillu með sneiðum avókadó og mangó-ferskju salsa.

82. Sveppir Tacos með Chipotle rjóma

Gerir: 4

HRÁEFNI:

- 1 meðalstór rauðlaukur, þunnt sneið
- 1 stór portobello sveppir, skornir í ½ tommu teninga
- 6 hvítlauksgeirar, saxaðir
- Sjávarsalt eftir smekk
- 12 6 tommu maístortillur
- 1 bolli Chipotle rjómasósa
- 2 bollar rifið romaine salat
- ½ bolli hakkað ferskt kóríander

LEIÐBEININGAR:

a) Hitið stóra pönnu yfir meðalháum hita.
b) Bætið rauðlauknum og portobello sveppunum út í og hrærið í 4 til 5 mínútur.
c) Bætið vatni við 1 til 2 matskeiðar í einu til að halda lauknum og sveppunum frá því að festast.
d) Bætið hvítlauknum út í og eldið í 1 mínútu. Kryddið með salti.
e) Á meðan sveppirnir elda, bætið 4 tortillum á pönnu og hitið þær í nokkrar mínútur þar til þær mýkjast.
f) Snúið þeim við og hitið í 2 mínútur í viðbót. Fjarlægja

83. Linsubaunir, grænkál og kínóa tacos

Gerir: 8 skammta

HRÁEFNI:

FYLLING

- 3 bollar quinoa, soðið (1 bolli þurrt)
- 1 bolli linsubaunir, soðnar ($\frac{1}{2}$ bolli þurrt)
- Ein lota af Taco kryddi
- 1 matskeið kókosolía
- 3 stór lauf grænkál, stilkar fjarlægðir, saxaðar
- Blámaís taco skeljar

ÁFLYTTIR

- 2 avókadó, grófhreinsuð, afhýdd og skorin í sneiðar
- Fersk kóríanderlauf Ferskir limebátar

LEIÐBEININGAR:

a) Blandið saman soðnu kínóa, linsubaunum, tacokryddinu, kókosolíu og grænkáli í stórum potti sem er hitaður að meðallagi. Hrærið vel í 3 - 5 mínútur þar til hitinn visnar blöðin.

b) Ristið taco skeljar á bökunarpappírsklædda ofnplötu samkvæmt leiðbeiningum framleiðanda.

c) Fylltu skeljarnar með fyllingu, toppaðu síðan með avókadó, kóríander og kreista af lime. Berið fram heitt.

84. Corn Salsa Toppað Black Bean Tacos

Gerir: 4

HRÁEFNI:

- Matreiðsla Ólífuolía
- 2 hvítlauksgeirar
- 2 ½ bollar af svörtum baunum, skolaðar og tæmdar
- ¼ bolli hafrar
- ¼ bolli maísmjöl
- 1 msk rautt chili duft
- 1 tsk kosher salt, skipt
- ½ tsk svartur pipar (malaður og skiptur)
- 8 maístortillur (litlar)
- 1 bolli maís, þiðnað ef frosinn
- 1 rauð paprika (miðlungs, hakkað)
- 1 grænn chili (lítill, í teningum)
- 2 laukar (saxaðir)
- 2 lime (safa)
- ¼ bolli ferskt kóríander (hakkað)

LEIÐBEININGAR:

a) Forhitið ofninn í 400°F og úðið matarolíu á bökunarplötu.

b) Bætið söxuðum hvítlauk í vinnsluvél ásamt baunum, höfrum, chilli og maísmjöli. Saltið og piprið áður en blandan er unnin.

c) Útbúið bökunarplötu og dreifið blöndunni á hana. Vertu viss um að úða því með matarolíu áður en blönduna er bökuð í 20 til 30 mínútur.

d) áður en þú spreyjar það með meiri matarolíu og haltu áfram að baka. Þetta hjálpar til við að tryggja að öll blandan sé bökuð jafnt.

e) Þegar það er bakað skaltu taka baunablönduna út í skál og blanda henni vel saman við maís, papriku, chili og lauk.

f) Tortillurnar á að pakka inn í álpappír og hita þær í ofni í 5 mínútur.

g) Dreifið baunablöndunni á tortillurnar og berið fram með maíssalsa og kóríanderáleggi.

85. Grillaðir Haloumi Tacos

Gerir: 4

HRÁEFNI:

- Ólífuolía
- 2 afhýdd maíseyru
- Kosher salt
- Svartur pipar
- 1 lítill rauðlaukur, skorinn í sneiðar
- ½ kg halloumi, skorið í þykkar sneiðar
- 8 maístortillur

LEIÐBEININGAR:

a) Undirbúðu grillið með því að stilla það á meðalháan hita og smyrðu ristin vel.

b) Penslið maíshýðið létt yfir með olíu og kryddið það sama með salti og pipar. Kasta laukhringjunum með olíu, salti og pipar. Grillaðu bæði hráefnin, 10-15 mínútur fyrir maís og 4 mínútur fyrir lauk, snúðu oft til að tryggja að það sé mjúkt og bleikt í blettum.

c) Þegar kornið hefur kólnað, skerið þá kjarnana úr kolunum og setjið þá í meðalstóra skál.

d) Penslið ostinn með smá olíu og eftir að hafa kryddað með smá salti og pipar, grillið hann einu sinni á hvorri hlið til að bleikja og hitna alveg.

e) Hitið tortillurnar í örbylgjuofni eða á kaldari hluta grillsins til að mýkja þær.

f) Skiptið ostinum á milli tortillanna, toppið þær með lauk, maís, avókadó, kóríander, salsa og limebátum.

86. The Simple Vegan Taco

Gerir: 1

HRÁEFNI:

- 2 hveiti tacos
- ½ bolli svartar baunir
- 1 avókadó, skorið í sneiðar
- 2 kirsuberjatómatar, skornir í fjórða
- 1 laukur, saxaður
- Fersk steinselja
- Lime safi
- 1 matskeið ólífuolía
- olía
- Salt
- Þitt val á heitri sósu

LEIÐBEININGAR:

a) Hitið tacoið til að hita það vel.

b) Settu allt hráefnið á tacoið í hvaða röð sem þú vilt. Þú getur líka hitað allt grænmetið í meðalstórri pönnu.

c) Hitið bara olíuna, bætið lauknum, baununum og kirsuberjatómötunum út í og stráið smá salti yfir allt.

d) Fjarlægðu eftir eina mínútu af stöðugu hræringu.

e) Berið fram tacosið, steinselju stráð yfir, afókadó í sneiðum, skvettu af limesafa og heitu chilisósunni til að dýfa í.

87. Baunir og grillað maís taco

Gerir: 2

HRÁEFNI:

- 2 maís tacos
- $\frac{1}{2}$ bolli svartar baunir
- Grillaðir maískolar
- 1 avókadó, skorið í sneiðar
- 2 kirsuberjatómatar, skornir í fjórða
- 1 lítill laukur, saxaður
- Fersk steinselja
- $\frac{1}{4}$ tsk kúmen
- Salt
- Nýmalaður svartur pipar
- 1 matskeið Olía til að grilla

LEIÐBEININGAR:

a) Undirbúðu grillið með því að stilla það á meðalháan hita og smyrðu ristin vel.

b) Penslið maíshýðið létt yfir með olíu og kryddið það sama með salti og pipar. Grillið maís í 10-15 mínútur og snúið því oft til að tryggja að það sé mjúkt og kulnað í blettum.

c) Þegar kornið hefur kólnað, skerið þá kjarnana úr kolunum og setjið þá í meðalstóra skál.

d) Kasta með svörtum baunum, sneiðum avókadó, kirsuberjatómötum, saxuðum lauk, ferskri steinselju og krydda með salti, svörtum pipar og kúmeni. Kreistu ferskt lime fyrir bragðmikla fyllingu.

e) Settu ofan á taco og njóttu með ídýfu að eigin vali.

88. Svartar baunir og hrísgrjónasalat Taco

Gerir: 4

HRÁEFNI:

- Taco skeljar
- 3 Lime, börkur og safi
- 1 bolli Kirsuberjatómatar, hver skorinn í 4 bita
- $\frac{1}{4}$ bolli rauðvínsedik
- $\frac{1}{4}$ bolli Rauðlaukur, litlar teningar
- $\frac{1}{4}$ bolli blanda af kóríander, basilíku og rauðlauk, allt chiffonade
- 1 tsk hvítlaukur, saxaður
- 1 dós maís, tæmd
- 1 grænn chilipipar, smátt skorinn
- 1 rauð, appelsínugul eða gul paprika
- 1 dós svartar baunir, tæmdar
- 1 $\frac{1}{2}$ bolli hvít hrísgrjón, soðin og haldið heitum
- Salt og pipar til að krydda.

LEIÐBEININGAR:

a) Skerið kirsuberjatómatana í fernt og marinerið með hægelduðum rauðlauk, rauðvínsediki, hvítlauk og salti í 30 mínútur.
b) Safnið saman og undirbúið papriku, kryddjurtir og lime. Blandið þeim öllum saman við tæmdar svörtu baunirnar og maís og kryddið vel með salti og pipar.
c) Bætið tómatblöndunni út í baunablönduna. Blandið svo heitu hrísgrjónunum út í. Smakkið til og bætið við salti ef þarf.
d) Berið fram í taco-skeljum.

89. Seigt Walnut Tacos

Gerir: 4

HRÁEFNI:

TACO KJÖT

- 1 bolli hráar valhnetur
- 1 msk gerflögur
- 1 matskeið af tamari
- $\frac{1}{2}$ tsk malað kúmen
- $\frac{1}{4}$ tsk chipotle piparduft
- 1 tsk chili

FYLLING

- 1 Hass avókadó
- 1 Roma tómatur, fínt skorinn í teninga
- 6 matskeiðar reykt kasjúostídýfa
- 4 stór salatblöð

LEIÐBEININGAR:

TACO KJÖT

a) Setjið valhnetur, næringarger, tamari, chiliduft, kúmen og chipotle chiliduft í matvinnsluvél og maukið þar til blandan líkist grófum mola.

FYLLING

b) Fyrir álegg, setjið avókadóið í litla skál og stappið með gaffli þar til það er slétt. Hrærið tómatanum saman við.

c) Til að setja saman hvert taco skaltu setja salatblað á skurðbretti með rifbeinunum upp. Setjið $\frac{1}{4}$ bolla Walnut Taco Meat í miðju blaðsins.

d) Setjið $1\frac{1}{2}$ matskeið af kasjúostídýfu ofan á og fjórðung af avókadóblöndunni.

90. Seitan Tacos

Gerir: 4 tacos

Hráefni:

- 2 matskeiðar ólífuolía
- 12 aura seitan
- 2 matskeiðar sojasósa
- 11/2 tsk chiliduft
- 1/4 tsk malað kúmen
- 1/4 tsk hvítlauksduft
- 12 (6 tommu) mjúkar maístortillur
- 1 þroskað Hass avókadó
- Rifið romaine salat
- 1 bolli tómatsalsa

LEIÐBEININGAR:

a) Hitið olíuna yfir miðlungshita í stórri pönnu. Bætið seitaninu út í og eldið þar til það er brúnt, um það bil 10 mínútur. Stráið sojasósunni, chiliduftinu, kúmeninu og hvítlauksduftinu yfir og hrærið til að hjúpa. Takið af hitanum.

b) Forhitið ofninn í 225°F. Hitið tortillurnar í meðalstórri pönnu við meðalhita og staflið þeim á hitaþéttan disk. Hyljið með filmu og setjið í ofninn til að halda þeim mjúkum og heitum.

c) Hellið og afhýðið avókadóið og skerið í 1/4 tommu sneiðar.

d) Raðið tacofyllingunni, avókadóinu og salatinu á fat og berið fram ásamt heitum tortillunum, salsa og öðru áleggi.

91. Frábær tofu tacos

Gerir: 6 skammta

HRÁEFNI:

- 1 pund Þétt tófú; skera í ½ tommu teninga
- 2 matskeiðar Rautt chile duft
- ¼ bolli grænmetisæta Worcestershire sósa
- Matreiðslusprey
- ½ rauðlaukur; hakkað
- ¼ bolli Saxaður kóríander
- 1 bolli rifið rauðkál
- 1 dós Grænmetissteiktar svartar baunir
- 12 hveiti tortillur
- Salsa

LEIÐBEININGAR:

a) Í stórri skál, kastaðu varlega tofu með chile dufti og Worcestershire sósu. Látið standa í að minnsta kosti eina klukkustund. Forhitaðu ofninn í 400 F. Sprayðu bökunarplötu létt með eldunarúða. Settu tofu jafnt yfir það.

b) Sprautaðu létt ofan af tofu og bakaðu í um 20 mínútur þar til tofu er brúnt og örlítið stökkt. Takið úr ofninum og látið kólna aðeins. Í meðalstórri skál, blandaðu saman lauk, kóríander og hvítkál.

c) Dreifið tortillum yfir 2 til 3 bökunarplötur svo þær skarast varla.

d) Smyrjið miðju hverrar með um það bil 1½ msk af baunum og setjið inn í ofn í um 10 mínútur, þar til tortillur byrja að brúnast og baunir eru heitar.

e) Setjið jafnt magn af tofu í miðju hverrar tortillu.

f) Toppið með blöndu af lauk-káli og kóríander, blandið í tvennt og setjið á disk. Berið fram með salsa ef vill.

92. Rajas con Crema Tacos

HRÁEFNI:

FYLLING:

- 5 Poblano paprikur, ristaðar, skrældar, fræhreinsaðar, skornar í strimla
- ¼ Vatn
- 1 Laukur, hvítur, stór, þunnt sneið
- 2 hvítlauksgeirar, saxaðir
- ½ bolli grænmetiskraftur eða seyði

CREMA:

- ½ bolli Möndlur, hráar
- 1 hvítlauksgeiri
- ¾ bolli Vatn
- ¼ bolli möndlumjólk, ósykrað eða jurtaolía
- 1 msk sítrónusafi ferskur

LEIÐBEININGAR:

a) Hitið stóra sautépönnu í miðlungshita, bætið við vatni. Bætið lauknum út í og látið sjóða í 2-3 mínútur eða þar til hann er mjúkur og hálfgagnsær.

b) Bætið við hvítlauk og $\frac{1}{2}$ bolla af grænmetiskrafti, setjið lok á og látið gufa.

c) Bætið Poblano paprikunni út í og látið malla í 1 mínútu í viðbót. Kryddið með salti og pipar. Takið af hellunni og látið kólna aðeins.

d) Setjið möndlur, hvítlauk, vatn, möndlumjólk og sítrónusafa í blandarann og vinnið þar til það er slétt. Kryddið með salti og pipar.

e) Hellið möndlukreminu yfir kældu fyllinguna og blandið vel saman.

93. Sætar kartöflur og gulrótar Tinga Tacos

HRÁEFNI:

- ¼ bolli Vatn
- 1 bolli Þunnt sneiddur hvítlaukur
- 3 hvítlauksrif, söxuð
- 2 ½ bollar Rifin sæt kartöflu
- 1 bolli Rifin gulrót
- 1 dós (14 aura) Tómatar í hægeldunum
- 1 tsk mexíkóskt oregano
- 2 Chipotle paprikur í adobo
- ½ bolli grænmetiskraftur
- 1 avókadó, sneið
- 8 tortillur

LEIÐBEININGAR:

a) Bætið vatni og lauk á stóra pönnu við meðalhita, eldið í 3-4 mínútur þar til laukurinn er hálfgagnsær og mjúkur. Bætið hvítlauknum út í og haltu áfram að elda, hrærið í 1 mínútu.

b) Bætið sætum kartöflum og gulrótum á pönnuna og eldið í 5 mín og hrærið oft.

SÓSA:

c) Setjið hægeldaða tómata, grænmetiskraft, oregano og chipotle papriku í blandarann og vinnið þar til það er slétt.

d) Bætið chipotle-tómatsósu á pönnuna og eldið í 10-12 mínútur, hrærið af og til þar til sætu kartöflurnar og gulrótin eru soðin í gegn. Ef þarf, bætið meira grænmetiskrafti á pönnuna.

e) Berið fram á volgum tortillum og toppið með avókadósneiðum.

94. Kartöflu og Chorizo Tacos

Gerir: 4 skammta

HRÁEFNI:

- 1 msk jurtaolía, valfrjálst
- 1 bolli laukur, hvítur, saxaður
- 3 bollar kartöflur, skrældar, skornar í teninga
- 1 bolli Vegan chorizo, soðinn
- 12 tortillur
- 1 bolli Uppáhalds salsa þín

LEIÐBEININGAR:

a) Hitið 1 matskeið af olíu á stórri sautépönnu við miðlungs lágan hita. Bætið lauknum út í og eldið þar til hann er mjúkur og hálfgagnsær, um það bil 10 mínútur.

b) Á meðan laukurinn er að eldast skaltu setja niðurskornar kartöflur í lítinn pott með söltu vatni. Látið vatnið sjóða við háan hita. Lækkið hitann í miðlungs og látið kartöflurnar sjóða í 5 mínútur.

c) Tæmið kartöflurnar og bætið þeim á pönnuna með lauknum. Snúðu hita upp í meðalháan. Eldið kartöflur og lauk í 5 mínútur eða þar til kartöflurnar byrja að brúnast. Bætið við meiri olíu ef þarf.

d) Bætið soðnum chorizo á pönnuna og blandið vel saman. Eldið í eina mínútu í viðbót.

e) Kryddið með salti og pipar.

f) Berið fram með volgum tortillum og salsa að eigin vali.

95. Sumar Calabacitas Tacos

Gerir: 4 skammta

HRÁEFNI:

- ½ bolli grænmetissoð
- 1 bolli laukur, hvítur, smátt skorinn
- 3 hvítlauksgeirar, saxaðir
- ¼ bolli grænmetiskraftur eða vatn
- 2 kúrbít, stórir, skornir í teninga
- 2 bollar tómatar, skornir í teninga
- 10 tortillur
- 1 avókadó, sneið
- 1 bolli uppáhalds salsa

LEIÐBEININGAR:

a) Í stórum potti með þungum botni, stillt á miðlungshita; svitnaðu laukinn í ¼ bolla af grænmetiskrafti í 2 til 3 mínútur þar til laukurinn er hálfgagnsær.

b) Bætið hvítlauk út í og hellið ¼ bolla af grænmetissoði út í, setjið lok á og látið gufa.

c) Afhjúpaðu, bætið kúrbítnum út í og eldið í 3-4 mínútur, þar til það byrjar að mýkjast.

d) Bætið tómötum út í og eldið í 5 mínútur í viðbót, eða þar til allt grænmetið er meyrt.

e) Kryddið eftir smekk og berið fram á volgum tortillum með avókadósneiðum og salsa.

96. Kryddaður kúrbít og tacos úr svörtum baunum

Gerir: 4 skammta

HRÁEFNI:

- 1 msk jurtaolía, valfrjálst
- ½ hvítlaukur, þunnt sneið
- 3 hvítlauksgeirar, saxaðir
- 2 mexíkóskir kúrbítar, stórir, skornir í teninga
- 1 dós (14,5 aura) Svartar baunir, tæmdar

CHILE DE ARBOL SÓSA:

- 2 - 4 Chile de Arbol, þurrkað
- 1 bolli möndlur, hráar
- ½ laukur, hvítur, stór
- 3 hvítlauksrif, óafhýdd
- 1 ½ bolli grænmetiskraftur, heitur

LEIÐBEININGAR:

a) Hitið jurtaolíu í miðlungshita á stórri sautépönnu. Bætið lauknum út í og látið sjóða í 2-3 mínútur eða þar til laukurinn er mjúkur og hálfgagnsær.

b) Bætið hvítlauksrifunum út í og eldið í 1 mínútu.

c) Bætið kúrbítnum út í og eldið þar til það er mjúkt, um 3-4 mínútur. Bætið svörtu baununum út í og blandið vel saman. Látið elda í 1 mínútu í viðbót. Kryddið með salti og pipar.

d) Til að búa til sósuna: Hitið pönnu eða steypujárnspönnu að meðalháum hita. Ristið chili á hvorri hlið þar til það er létt ristað, um 30 sekúndur á hvorri hlið. Takið af pönnunni og setjið til hliðar.

e) Bætið möndlunum á pönnuna og ristið þar til þær eru gullnar, um 2 mínútur. Takið af pönnunni og setjið til hliðar.

f) Ristið laukinn og hvítlaukinn þar til hann er örlítið kulnaður, um það bil 4 mínútur á hvorri hlið.

g) Setjið möndlur, lauk, hvítlauk og chiles í blandarann. Bætið volgu grænmetiskraftinum út í. Vinnið þar til slétt. Kryddið með salti og pipar. Sósan á að vera þykk og rjómalöguð.

97. Aspas tacos

Gerir: 1 skammt

HRÁEFNI:

- 4 gular maístortillur
- 16 stykki aspas, grillaður
- $\frac{1}{4}$ bolli Monterey Jack ostur, rifinn
- $\frac{1}{4}$ bolli hvítur cheddar ostur, rifinn
- Salt og pipar
- Ólífuolía, til að bursta

LEIÐBEININGAR:

a) Undirbúa grill.

b) Fyrir hvert taco, dreifið $\frac{1}{4}$ af ostunum og 4 bitum af aspasnum á hverja tortillu, kryddið eftir smekk með salti og pipar.

c) Brjóttu saman í tvennt. Penslið létt að utan með ólífuolíu.

d) Grillið í 3 mínútur á hvorri hlið eða þar til tortillan er stökk og osturinn bráðnaður.

98. Baunaspíra taco með nautakjöti

Gerir: 8 skammta

HRÁEFNI:

- 12 aura Fuji baunaspírur
- 16 Taco skeljar
- ¼ Salat, rifið
- ½ pakki Taco kryddblanda (1,6 oz)
- 2 matskeiðar jurtaolía
- 1 tómatur, skorinn í teninga
- 1 pund nautahakk, soðið/tæmt

LEIÐBEININGAR:

a) Hrærið Fuji baunaspírur í olíu við hita í 30 sekúndur.

b) Bætið við nautakjöti sem er búið til samkvæmt leiðbeiningum um taco kryddblöndu.

c) Takið af hitanum, fyllið taco-skeljar með viðeigandi magni af blöndu, bætið við tómötum, salati og osti.

99. Guacamole bauna tacos

Gerir: 1 skammt

HRÁEFNI:

- 1 pakki Taco skeljar
- 15 aura Refried baunir
- Guacamole
- Saxaður laukur
- Saxaðir tómatar
- Rifinn cheddar ostur

LEIÐBEININGAR:

a) Hitið taco-skeljar í 250 gráðu heitum ofni þar til þær eru orðnar vel heitar, 5 mínútur.
b) Eldið refried baunir í litlum potti við lágan hita, hrærið oft þar til þær eru orðnar vel hitaðar.
c) fyrir hvert taco, setjið 2 ávalar matskeiðar hver, baunir og guacamole í taco-skel, stráið lauk, tómötum og osti yfir.
d) Má líka bæta við smá söxuðu salati.

100. Linsubaunataco

Gerir: 4 skammta

HRÁEFNI:

- 1 bolli laukur; hakkað
- ½ bolli sellerí; hakkað
- 1 hvítlauksgeiri; hakkað
- 1 tsk Ólífuolía
- 1 bolli rauðar linsubaunir
- 1 matskeið Chili duft
- 2 tsk Malað kúmen
- 1 tsk Þurrkað oregano
- 2 bollar kjúklingakraftur; fitulaus
- 2 matskeiðar rúsínur
- 1 bolli Milt eða kryddað salsa
- 8 maístortillur
- Rifið salat
- Saxaðir tómatar

LEIÐBEININGAR:

a) Steikið laukinn, selleríið og hvítlaukinn í olíunni í 5 mínútur á stórri pönnu við meðalhita. Hrærið linsubaunir, chilidufti, kúmeni og oregano saman við. Eldið í 1 mínútu. Bætið soðinu og rúsínunum út í. Lokið og eldið í 20 mínútur, eða þar til linsurnar eru mjúkar.

b) Takið lokið af og eldið, hrærið oft, þar til linsurnar eru þykknar, um það bil 10 mínútur. Hrærið salsa út í.

c) Vefjið tortillunum inn í rökt pappírshandklæði og hitið í örbylgjuofn í 1 mínútu, eða þar til þær eru mjúkar.

d) Skiptið linsublöndunni á milli tortillanna.

e) Toppið með salatinu og tómötunum.

NIÐURSTAÐA

Tacos eru fjölhæf og bragðgóð máltíð sem fólk á öllum aldri getur notið. Með endalausum möguleikum á fyllingum og áleggi er hægt að sérsníða þau að smekksvali hvers og eins. Allt frá einföldum nautakjöti og osta-taco til vandaðri grænmetis- eða sjávarrétta, það er taco uppskrift sem allir geta notið. Svo næst þegar þú ert í skapi fyrir fljótlega og seðjandi máltíð skaltu íhuga að búa til dýrindis taco og láta bragðlaukana gleðjast.

www.ingramcontent.com/pod-product-compliance
Lightning Source LLC
LaVergne TN
LVHW010020081026
849535LV00016B/2051
9781835006979